சக்கரத்தாழ்வார்

கணியன் செல்வராஜ்

வேரல்
புக்ஸ்

வேரல் புக்ஸ்

வேரல் புக்ஸ் வெளியீட்டு எண்: 125

சக்கரத்தாழ்வார் ❖ கணியன் செல்வராஜ்© ❖ சிறுகதைகள் ❖
முதல் பதிப்பு: மே 2024 ❖ பக்கங்கள்: 128 ❖
வேரல் புக்ஸ் ❖ எண்: 6, இரண்டாவது தளம், காவேரி தெரு, சாலிகிராமம், சென்னை – 600093 ❖
மின்னஞ்சல்: veralbooks2021@gmail.com ❖ தொலைபேசி: 9578764322 ❖
அட்டை வடிவமைப்பு: லார்க் பாஸ்கரன் ❖ உள்பக்கங்கள் வடிவமைப்பு: சந்தோஷ் கொளஞ்சி

Cakkarattāḻvār ❖ Kaniyan Selvaraj © ❖ Shortstories ❖
First Edition: May 2024 ❖ Pages: 128 ❖
Veral Books ❖ No: 6, 2nd Floor, Kaveri Street, Saligramam, Chennai - 600093 ❖
Email ID: veralbooks2021@gmail.com ❖ Phone: 9578764322 ❖
Wrapper Designed by: Lark Bhaskaran ❖ Layout Designed by: Santhosh kolanji

Rs. 160

ISBN: 978-81-973635-7-3

உள்ளடக்கம்

1. கடவுளைக் கொன்றவன் — 5
2. அருகநாச்சிக்கு துலுக்கநாச்சி என்ற பெயர் — 10
3. சக்கரத்தாழ்வார் — 32
4. அசோகதசமி — 49
5. இசக்கிகள் — 100
6. அவலோகிதர்... — 118

1. கடவுளைக் கொன்றவன்

தேவன் கருணையானவர். அவரைக் கொலை செய்ய டார்வினுக்கு எப்படித்தான் மனம் வந்ததோ.

அவரைக் கொல்லும் போதுகூட அவனைப் பழித்திருக்கமாட்டார் தேவன். தேவன் கருணையானவர் என்பதே தேவாலயமெங்கும் பேச்சாக இருந்தது.

ஆம், டார்வின் தேவனைக் கொன்றுவிட்டான், தேவனை மட்டுமல்ல, உலகெங்கும் வாழும் எல்லாக் கடவுள்களையும் கொலை செய்திருக்கிறான் டார்வின் என்பதுதான் ஒட்டுமொத்த மனிதர்களின் பரபரப்பான பேச்சு...

எப்படியேனும் டார்வினைப் பார்த்தாகிவிட வேண்டும். அவன் தங்கியிருக்கும் இரகசிய அறை எனக்குத் தெரியும். ஏன் இப்படிச் செய்தாய் என்று கேட்பதை விடவும் முக்கியமானதாய் இருந்த கேள்வி இதை எப்படிச் செய்தாய் என்பதாக இருக்கவேண்டும் என்பதே என் ஆச்சர்யத்தின் வெளிப்பாடாக இருக்கும்.

என்னை விடவும் தேவாலயம் செல்வதில் தீவிரமாக அல்லவா அவன் இருந்தான். நாங்கள் சிறுவனாக இருந்தபோது பைபிளின் வசனங்களை முழுமையாய் ஒப்புவித்து பதக்கம் பெற்றவனல்லவா அவன். உடல்நலமின்றி இருந்தபோது பைபிளை தலைக்கு வைத்துத் தூங்கியதால்தான் நான் குணமானேன் என்று சொல்லிய அதே டார்வின்.

வருங்காலங்களில் நீங்க என்னவாகப் போகிறீர்கள் என்று தலைமையாசிரியர் கேட்டபோதெல்லாம் தேவனுக்காய் ஊழியம் செய்யவே தான் பிறந்ததாகச் சொன்னவன் பள்ளியிலேயே அவன் ஒருவன்தானே. அவனின் குழந்தைகளுக்காக எத்தனையோ முறை தேவாலயத்தின் சுவர்களில் முட்டிமோதி ஆண்டவரே அடைக்கலம் தாரீர். உம் வேதத்தில் உள்ளபடியே நீரே எம்மைக்

காக்க வந்த மெய்யான தெய்வம் என்று வாக்குத்தத்தம் வாசித்தவன் அவனே. அவனா கடவுளைக் கொலை செய்திருப்பான்? கடவுளைக் கொலை செய்வது அவ்வளவு எளிதா என்ன? கிரேக்கக் கடவுள்களோ மிகவும் புராதனமிக்கவர்கள் அவர்கள் நரபலி கேட்பவர்கள், கிரகங்களையும், பால்வெளியையும் அதிகாரம் செய்பவர்கள். அவர்களை அழிப்பது அவ்வளவு சாத்தியமில்லையே? ஆனால் டார்வின் அதைச் செய்திருக்கிறான்.

இந்தியக் கடவுள்களோ ஊருக்கு ரெண்டு சாதியைப் படைத்து சாதிக்கு நாலு கடவுள்களாக பெரும்கூட்டம் கொண்டவர்கள். அவ்வளவு பெரிய கூட்டத்தை எதைக்கொண்டு அழித்திருப்பான். அரபுநாட்டு தெய்வமோ நானின்றி அணுவும் அசையாது என்று சொல்லி உலகையே தான் ஒருவனே படைத்தேன் என்றல்லவா சொல்கிறவர். அவரையும் விட்டு வைக்கவில்லை இந்த டார்வின்.

இதோ அவன் இருக்கும் அறைக்கு வந்துவிட்டேன். கடவுள்களையெல்லாம் கருணையே இல்லாமல் கொன்றுவிட்டு அறுந்துபோன தன் பூட்ஸை தைத்துக் கொண்டிருக்கிறான். இரக்கமற்றவன். இனி கடவுள்கள் இல்லாத உலகத்தை யார் காப்பாற்றப் போகிறார்களோ என்ற அச்சம் இல்லாத கொடுமைக்காரன்.

அவன் கைகளில் இரத்தக்கறையில்லை. அவன் கட்டிலுக்கு அடியில் கூர்வாளோ துப்பாக்கியோ இல்லை. விஷக் குப்பிகளோ வேறு அமானுஷ்ய சக்தியை அளிக்கக்கூடிய மந்திரக் குச்சியோ எதுவுமே அவன் அறையில் இல்லை. பின் எப்படி இது சாத்தியம்.

‘டார்வின்’

‘நான்தான் சொல்’ என்கிறான்.

‘ஏன் இப்படிச் செய்தாய்?’

‘எதைச் சொல்கிறாய்’ என்கிறான் திமிராக.

‘கடவுள்களை ஏன் கொன்றாய்?’

அலட்சியத்தோடு ‘நான் எங்கே கொன்றேன்’ என்பதுதான் அவன் பதில்.

‘எனக்குத் தெரியும். நீதான் கொன்றிருக்கிறாய். வழியெங்கும் கடவுள்களின் சடலம் கண்டேன். உறைந்துபோன அவர்களின் நீலக்கண்களில் கடைசியாய் பார்த்த உன் முகம் பதிவாகியிருக்கிறதே. இதற்கு உன் பதில் என்ன ?’

தன் பூட்ஸை கால்களில் மாட்டியபடியே பேசுகிறான். ‘நான் கொலை செய்யவில்லை. அவர்கள் பலவீனமானவர்கள். அவர்களே தற்கொலை செய்துகொண்டார்கள். இவ்வளவு நாட்களாய் தானே உலகைப் படைத்ததாய் சொல்லித் திரிந்தார்கள். ஒரே நாளில் அத்தனை உயிர்களையும் மொத்த உலகையும் படைத்ததாய் ஆண்டாண்டு காலமாய் சொல்லி ஏமாற்றி தின்று கொழுத்திருந்தார்கள், நான் நீங்கள் படைக்கவில்லை. தானே பரிணமித்தது எல்லாம் என்றேன். இல்லை என்று வாதிட்டார்கள். ஒரு கட்டத்திற்குமேல் என்னை மவுனமாய் இருக்க உத்தரவிட்டார்கள், எனக்கு வேண்டியதைத் தருவதாக வாக்குக் கொடுத்தார்கள். நான் அடிபணிவதாய் இல்லை. அவர்களை அம்பலப்படுத்தினேன். அவர்களின் பொய்களை அறிக்கை செய்தேன். அவர்களிடத்தில் எதுவும் உருவாக்கப்படவில்லை என்பதை உறுதிப்படுத்தினேன். அவர்களால் தாங்கிக்கொள்ள முடியவில்லை. அவர்கள் அம்பலப்படத் தயாராகவில்லை. அவர்கள் அறிவியலின் வெளிச்சத்தில் வாழும் கலை அறியாதவர்களாக இருந்தார்கள். இத்தனை யுகங்கள் எல்லாம் தானே என்று வாழ்த்தவர்கள் இன்று எல்லாவற்றையும் பறித்த பிறகு எளிமையாய் வாழ்வது இழிவென்று எண்ணினார்கள்.

அவர்கள் பலவீனமானவர்கள். தற்கொலை செய்துகொண்டார்கள். உன்னைப் போலவே நானும் அவர்கள் சர்வ வல்லமை மிக்கவர்கள் என்று நம்பினேன். கடவுள்கள் யாரும் அப்படியில்லை. சிறு உண்மையைக்கூட ஏற்றுக்கொள்ளதாவர்கள். காலத்தின் முன் சகிப்புத்தன்மை அற்றவர்கள். விடு போகட்டும் அவர்கள். அவர்கள் அறிவின் வெளிச்சத்தைக் கண்டு அஞ்சுபவர்கள். அதனால் தற்கொலை செய்துகொண்டவர்கள்’ என்று சொல்லி முடித்து தன் பூட்ஸ் மாட்டி முடித்த காலோடு எழுந்து,

'என்ன சாப்பிடுகிறாய்? காபியா? ஒயினா?' என்கிறான் என்னைப்பார்த்து.

'அதெல்லாம் வேண்டாம். அவர்களுக்கு எதிராய் நீ எடுத்துச்சென்று சண்டையிட்ட ஆயுதம் எங்கே' என்கிறேன் நான்.

'மேசையின் மீது இருக்கிறது எடுத்துப் பார்' என்கிறான்.

மெல்ல மேசையை நோக்கி நடக்கிறேன் நான்.

'என்ன அது சதுரமாய் இருக்கிறது, பைபிளுக்கு அருகில் பைபிளைப்போலவே இருக்கிறது, அதுதானா?

'ஆம். அதுதான்.'

'அதைத் தொடலாமா?'

'எடுத்தே பார்க்கலாம்.'

'அது ஏதோ எழுதப்பட்ட காகிதம்போல் இருக்கிறதே, படிக்கலாமா?'

'படி. படி. படி. படிப்பதற்காகவே எழுதப்பட்டது. படி. படி." என்கிறான்.

'உயிரினங்களின் மூலம் என்று தலைப்பிடப்பட்டுள்ளதுதான் உன் ஆயுதமா?'

'ஆம், யார் தலைப்பிட்டது?'

'நான்தான்.'

'வாவ் வெறும் காகிதத்தில் செய்யப்பட்டிருக்கிறது உன் ஆயுதம், எடுப்பதற்கு எளிமையாகவும் இருக்கிறது உன் ஆயுதம். இதைக்கொண்டா கடவுளிடம் சண்டையிட்டாய்? வெறும் காகிதம். காகிதமேதானா உன் ஆயுதம்?'

'அவர்களை அழிக்க அதுவே போதுமானதாக இருந்தது' என்கிறான் டார்வின்.

அவன் குரலில் எவ்வளவு தெளிவு, எவ்வளவு மென்மை. இன்னொருமுறை சொல் டார்வின்.'

'ஏன் நான் சொல்வது புரியவில்லையா?'

'இல்லை, இல்லை. நீ சொல்வது இனிமையாய் இருக்கிறது, உன் குரல் மென்மையானது அதனால் கேட்கிறேன் சொல்?'

'கடவுள்களை அழிக்க காகிதமே போதுமானதாய் இருக்கிறது'

2. அருகநாச்சிக்கு துலுக்கநாச்சி என்ற பெயர்

அன்று மாலை சென்னையில் இருந்து காரில் ஏறி அப்சரின் குடும்பம் தேனியை நோக்கி சென்று கொண்டிருந்தது. அப்சருக்கு துளியும் பிடிக்கவில்லை இந்தப் பயணம். அப்பாவின் கட்டாயப்படுத்துதலின் பேரிலேயே வருகின்றான். அப்பாவுக்கு வருசா வருசா இதே பாடுதான். ஒரு முழுமையான இஸ்லாமியக் குடும்பம் இப்படிச் செய்யலாமா என்று ஜமாத் கமிட்டி கூடி திட்டிவிட்டது. உற்றார் சொந்த பந்தம் சம்பந்தக்காரர்கள் என அனைவரும் சொல்லிப் பார்த்துவிட்டார்கள். சண்டையும் போட்டுப் பார்த்துவிட்டார்கள். அப்பா மாறவே இல்லை. அவர் அளவுக்கு இஸ்லாமிய நெறி சட்டதிட்டங்களைப் பின்பற்றிய ஆளே இல்லை. அவர்களுக்கு குரான் குறித்த வாசிப்பும் ஞானமும் உடையவர்கள் யாருமே இல்லை என்பது எங்கள் தாலுகாவுக்கு தெரியும் என்றாலும் இந்த விசயத்தில் அவர் ஏன் இவ்வளவு பிடிவாதமாக இருக்கிறார் என்பதுதான் பிள்ளைகளாகிய எங்களுக்கும் மற்ற அனைவருக்கும் ஒரே அதிர்ச்சி. ஒவ்வொரு ஆண்டும் தேனிக்கு அருகில் இருக்கும் சிவகிரிக்கு குடும்பத்தோடு சென்று மலையடிவாரத்தில் இருக்கும் சிறு பாறையின் கீழ் உயிரோடு ஆட்டை வெட்டி பலிகொடுத்து படையல் போட்டு சாமி கும்பிட்டு வரும் பழக்கம்தான் அது. அந்த தெய்வத்தின் பெயர் துலுக்கநாச்சி.

'ஏதாவது ஜோசியக்காரன் சொன்னானா இத கும்பிட்டா கோடிசுவரனாகலாம்னு. இத கும்பிட்டதுக்கப்பறந்தான் நீங்க பெரிய கோடிஸ்வரனானீங்களா? அதனால்தான் இந்தக் கோவிலுக்கு வருசா வருசா வர்ரீங்களா சொல்லுங்கப்பா? இப்படி ஊருக்குள்ள ஒரு கத உங்களப்பத்தி சொல்லப்படுதே உண்மையா?இல்ல இந்தக் கோவிலுக்கு வருசா வருசம் வந்து பலிகொடுக்காட்டி நீங்க செத்துடுவீங்கனு ஏதாவது பூசாரி சொன்னானா? சொல்லுங்க அப்பா. ஏன் இந்த வேண்டாத

வேல? நம்ம குடும்பம் எவ்வளவு பெரிய குடும்பம். நாலு பிள்ளைங்க உங்களுக்கு பத்து பன்னெண்டு பேரப்பிள்ளைங்க. நூறு நூத்தம்பது கோடிக்கு மேல சொத்து. எல்லாரும் பெரிய பெரிய தொழில். பெரிய எடத்து வாழ்க்கைனு இருக்கம். நம்ம சமூகத்துல நமக்கு எவ்வளவு மரியாதை இருக்கு. சுத்தமான இஸ்லாமிய பாரம்பரியமிக்க நம்ம குடும்பத்துக்கு இந்தக் கோவில் வழிபாடு தேவையா? அல்லா நம்மல மன்னிப்பாரா யோசிக்க அப்பா' என்று அப்சர் சொல்லிக்கொண்டே வந்தான்.

ஒன்றும் பேசவில்லை முகைதின். முகைதீனுக்கு தொன்னூறுக்கு மேல் வயது இருந்தாலும் நடையிலோ பேச்சிலோ சிறு தடுமாற்றமோ தளர்வோ இல்லை. உடலை அவ்வளவு பக்குவமாக பார்த்துக் கொள்ளக்கூடியவர். மகனின் கேள்விக்கு எதுவும் பதில் சொல்லாமல் அமைதியாகவே வந்தார். மொத்தம் ஐந்து கார்களில் முகைதின் குடும்பம் தேனியை நோக்கி சென்று கொண்டிருக்கிறது. பெரிய குடும்பமல்லவா முகைதீன் கூடும்பம்.

கோவில்னா பெரிய கோவிலா இருந்தாக்கூட பரவாயில்ல. நடுக் காட்டுக்குள்ள ஒத்தடியடிப் பாதையில கார பாதியிலேயே நிறுத்திட்டு நடந்துபோகணும். கார் போகாத எடத்துல மலையடிவாரம் வரும். அந்த மலையடிவாரத்துக்குக் கீழ ஒரே ஒரு கல்ல நட்டுவச்சு சூலமெல்லாம் நட்டு சந்தனம் குங்குமம் பூசி சாமினு சொல்லுறீங்க. அந்த இடத்துக்கு பிள்ளை குட்டியெல்லாம் இழுத்துட்டு போயிட்டு வரவேண்டி இருக்கு.

சரி, குடும்பமே ஒரே நேரத்துல போய் சாமி கும்பிட்டு வரலாம்னா அதுவும் இல்லை. மொதநாள் நைட்டு வீட்டு ஆம்பளங்க போய் ஆட்டுக்கெடா வெட்டி அந்த கல்லச்சுத்தி வெட்டுன ஆட்டுத்தலைய கையில புடிச்சு வீட்டு பெரியவங்க ரத்தத்தை வடியவிட்டு மூணு சுத்து சுத்தி வர பின்னாடியே மத்த ஆம்பளங்க சுத்தி வரணும். அப்புறம் அந்த ஆட்டுத்தலையையும் ரத்தம் வெளியேறி அடங்கிக் கெடக்கும் ஆட்டு உடலையும் மண்ணத்தோண்டி பொதச்சுட்டு கையில கொண்டுபோன அரிசிய வச்சு அடுப்புக்கூட்டி கஞ்சிகாச்சி முருங்கைக் கீரை அவுச்சு தின்னுட்டு வரணும்.

அடுத்த நாள்தான் பொண்டாட்டி பிள்ளைங்க பேரப் பிள்ளைங்களோட போய் கும்பிடணும். பூஜை செய்யணும்.

‘இதெல்லாம் என்ன சடங்குப்பா? வெளியில சொன்னா சிரிக்கமாட்டாங்களா?. நீங்க பண்றது மட்டுமில்லாமல் எங்களையும் குடும்பத்தையும் இப்படி இழுத்துட்டு திரியிறது நல்லாவா இருக்கு’ என்று அப்சர் பேசிக்கொண்டே வர அமைதியாக வந்தார் முகைதீன்.

கார்கள் எல்லாம் தேனி நகரத்தில் உள்ள மிகப்பெரிய ஹோட்டல் ஒன்றுக்குள் நுழைந்தது. இங்குதான் அனைத்துக் குடும்பங்களும் தங்குவதற்கு ரூம் போடப்பட்டுள்ளது.

எங்களுக்கு முன்பே எங்கள் தாத்தாவின் சகோதரர்கள் குடும்பமும் இதே ஹோட்டலில் வந்து தங்கியுள்ளது அவர்களும் இஸ்லாமிய மார்க்கத்தில் இருப்பவர்கள்தான். பெரும் தொழிலதிபர்கள். மேலும் தேனியிலேயே உள்ள என் தாத்தாவின் இன்னொரு சகோதரர் குடும்பம் கோவிலுக்குத் தேவையான பூஜைப் பொருட்கள் பலியாடு கோவிலுக்கு சென்று வருவதற்கான நடைபாதை போன்றவற்றை சுத்தப்படுத்தி எல்லாவற்றையும் தயார் செய்துள்ளது. அவர்களும் இஸ்லாமியக் குடும்பம்தான். தாத்தா மட்டுமல்ல சின்னத் தாத்தா, பெரிய தாத்தா என்று எல்லாருமே இந்த வழிபாட்டைப் பின்பற்றுபவர்களாக இருக்கின்றனர். மாலை நேரமாகிக் கொண்டிருந்தது.

‘சரி, சரி, ஆம்பளங்களலாம் தயாரா இருங்க. இருட்டுன உடனே நடக்க ஆரம்பிச்சாத்தான் நடுச்சாமத்துல கோவிலுக்குப் போகமுடியும். நடுசாமத்திலதான் அந்த சாமிக்கு பூஜை பண்ண சரியான நேரம். தயாரா இருங்க’ என்றார் தாத்தா.

நான் என் அண்ணன் தம்பிமார்கள் எல்லோரும் வேண்டாவெறுப்பாக தயாராகிக் கொண்டிருந்தோம். ஹோட்டலில் இருந்து உள்ளூரில் உள்ள சின்னத் தாத்தா வீடுவரை காரில் சென்றோம். சின்னத் தாத்தா வீடு வந்தடைந்தோம். சாப்பிடுவதற்கு சூடான தேநீர் தந்தார்கள்.

மணி பத்தைத் தாண்டவும் ‘எல்லாரும் நடக்க ஆரம்பிங்க’ என்றார்கள் தாத்தாமார்கள்.

‘காரில் இல்ல. கால்நடையாகத்தான் போகவேண்டும். காட்டுவழிப் பாதை. நாம் கோவிலுக்கு போகும்போது சாமி கும்பிடப்போற நம்மளத்தவிர யாருக்கும் தெரியாம சொல்லாம ஆர்ப்பாட்டமில்லாம பெரிய சத்தமேதும் இல்லாமல் அமைதியாகப் போகவேண்டும். அதுதான் இந்தக் கோவிலுக்கு வழிபடப்போகும் முறை.’

அதோடு கையில் ஈட்டி அருவாள். தீப்பந்தம் போன்ற ஆயுதங்களையெல்லாம் எல்லா ஆம்பளங்க கையிலும் கொடுத்தனர். கம்ப்யூட்டரோடும் ஐபோனுடனும் வாழ்ந்து கொண்டிருக்கும் என் கையில் ஒரு நீண்ட வாள் ஒன்றைக் கொடுத்தனர். என்னால் அதைக் கையில் வாங்கும்போது சிரிப்பும் பயமும் ஆச்சரியமும் சேர்ந்தே வந்ததை உணர்ந்தேன்.

நடந்தார்கள். நானும் நடந்தேன். கல்லும் மண்ணும் கடந்து பாறைகள் ஏறி பெரிய ஓடையைக் கடந்து போய்க்கொண்டிருந்தோம். நான் செல்போனின் லைட்டை ஆன்செய்ததற்கு திட்டிவிட்டார்கள். தீப்பந்தங்களை மட்டுமே பயன்படுத்தவேண்டுமாம். வேறு எந்த லைட்டு வெளிச்சமும் கோவிலுக்குப் போகும்போது பயன்படுத்தக்கூடாதாம்.

இது கூட பரவாயில்ல. இதற்கு முன்பு வரை தீப்பந்தம் கூடப் பயன்படுத்தக்கூடாது. வெறும் நிலா வெளிச்சத்தில்தான் போய் வரவேண்டும் என்ற கட்டுப்பாடு இருந்தது. இப்போதுதான் தீப்பந்தத்தில் வந்து நிற்கிறது. இனி லைட் வெளிச்சத்தில் போய் வரலாம் என்ற தளர்வு வர நூறு ஆண்டாவது காத்திருக்கவேண்டும்.

‘ஏன் தாத்தா நாம என்ன திருடவா போறோம்? இப்படி ரகசியமா போய்கிட்டுறுக்கோம் லைட்டுவெளிச்சம் கூட பயன்படுத்தாம? சாமி கும்பிடத்தானே போறோம். அதுக்குப் போயி இவ்வளவு கட்டுப்பாடா? என்றேன்.

‘நாம திருடவும் போகல, சாமி கும்பிடவும் போகல. பத்துப் பதினைந்து கொல பண்ணப்போறோம். ஒரு பரம்பரையவே அழிக்கப்போறோம். வாயமூடிட்டு அமைதியா வாடா’ என்றார்.

அவர் பேச்சு கிராமங்களில் வரும் சாமியாடியின் குரல்போல மாறியிருந்தது. அவர் அனேகமாக இன்னும் கொஞ்சநேரத்தில் சாமிவந்து ஆடுவதற்குக்கூட வாய்ப்பிருக்கிறது.

'இந்தப் பெருசுக்கு நக்கலப் பாத்தியா கொல பண்ணப்போகுதாம். அதுவும் பத்துப் பதினைந்து கொலையாம். நம்மள கலாய்க்கிது கெழடு' என்றான்.

என் சின்னத்தாத்தா பையனும் நானும் என் சகோதர்களும் சிரிச்சோம்.

'இம், அமைதியா வரணும். நாம சாமி கும்பிடப் போறதும் வாறதும் அக்கம் பக்கத்துக்கு தெரியக்கூடாது. அதுதான் சம்பிரதாயம்' என்றார் கூடவரும் எங்கள் உள்ளூர் உறவினர்.

நடந்தோம், நடந்தோம். அடர்ந்த காடு பாறையிடுக்குகள் ஓடி ஓய்ந்து தூர்ந்துபோன காற்றாறு அடுத்த பெருமழைக்காலத்திற்கான காத்திருப்போடு உறங்கிக்கொண்டிருந்தது. எங்கள் காலடி அதன்மேல் பட்டதும் மலைப்பாம்பு அயர்ந்து உறக்கிக்கொண்டிருக்கும் போது அதன் தடித்த தோல்மேல் வண்ணத்துப்பூச்சிகள் வந்து அமர பெரும் அசட்டோடு விழித்துப்பார்த்து உம் இதுகதானா என்ற அலட்சியத்தோடு மீண்டும் நெடும் தூக்கத்திற்கு செல்வதுபோல் இருந்தது காற்றாற்றின் அலட்டல்.

இடத்திற்கு இடம் வண்ணத்தை மாற்றும் வண்ணத்துப்பூச்சி இந்தக் கருமையின் இரவில் எந்த வண்ணத்தை மாற்றிக்கொண்டு உறங்கும் வண்ணங்களை எல்லாம் உதறிவிட்டு கூத்துக்கலைஞன் தன் கூத்து முடிந்தவுடன் ஒப்பனையெல்லாம் கலைத்துவிட்டு ஆசுவாசமாக உறங்குவானே, அப்படித்தான் தன் வண்ணங்களை உதிர்த்துவிட்டு இயல்போடு உறங்கும்.

நாங்கள் நடந்தோம். ஏதோ ஒரு காற்று சத்தத்தோடு வீசியது. வேறொன்றும் இல்லை. தாய் குழந்தைகளையெல்லாம் தாலாட்டித் தூங்க வைத்துவிட்டு கடைசியாக தன் தூக்கத்திற்கு முன் விடும் கொட்டாவிபோல் காடு அனைத்து ஜீவராசிகளையும் தூங்கவிட்டு கண்ணயரப் போகும் முன் விட்ட கொட்டாவிதான் அது.

காடு கொஞ்சநேரம் தூங்கட்டும். அதிகாலைப் பறவைகளின் கானம் எழுப்பிவிடும் வரை. நாங்கள் காட்டின் இன்றைய கனவுகள். ஆம், காட்டின் கனவில் நடந்து கொண்டிருக்கிறோம். கனவுகள் எப்படி தூக்கத்தை கலைத்துவிடக்கூடாது என்ற கவனத்தோடு நமக்குள் பயணிப்பதுபோல் பயணித்துக் கொண்டிருக்கிறோம். எங்கள் எல்லோருடைய கவனமும் காட்டின் தூக்கத்தை கலைத்துவிடக்கூடாது என்பதே.

ஒரு இடத்தில் மெல்லிய நீரோடை சலசல சத்தம் இரண்டு மூன்று கீச்சு கீச்சு சத்தம் கேட்டது. அதன் அருகே சென்று கொண்டிருந்தோம், கீய் கிய் கீய் என்ற பூச்சிகளின் சத்தம் பயங்கரமாக இருந்தது. ஆம். பூச்சிகளின் கொய் கொய்ய்ய்ய்,,, என்ற சத்தம் காட்டின் குறட்டை ஒலி காடு அயந்து தூங்குகிறது என்பதற்கு அந்தப் பூச்சிகளின் சத்தமே சாட்சி. மற்றபடி இரவில் வேட்டையாடுகின்ற விலங்குகளின் ஒலி இரை தேடுகின்ற பறவைகளின் சத்தம் எல்லாமே காடு தன் கனவாகவே பார்க்கும்.

ஆம், காட்டில் இரவில் நடக்கும் அனைத்து இரைக்கான யுத்தமும் கூடலும் வாழ்வை காப்பாற்றிக்கொள்ள நடக்கும் தப்பிப்பும் கூடலும் ஆற்று மீன்களின் கொஞ்சலும் எல்லாமே காடு தன் கனவில் நடப்பதாகவே நினைக்கும். நினைக்கும் என்பதைவிட அது காட்டைப் பொறுத்தவரை கனவே, கனவே. காட்டின் கனவில் இன்று நாங்கள்.

பெரும்பாலும் இந்த காட்டுப்பூஜைக்குப் போகும்போது ஒரு தவத்தைப்போல நடக்கவேண்டும். தேவையற்ற ஒரு வார்த்தைக்குக் கூட இங்கே இடமில்லை. அதை தாத்தா அனுமதிக்கமாட்டார். 'பார்த்து வாங்க' என்ற வார்த்தையும் சைகையும் மட்டுமே இங்கே அதிகம் பயன்படுத்தப்படும் பதம்.

அடிவாரத்தை நெருங்கிவிட்டோம். பெரும்பாலான சிறுதெய்வங்கள் காட்டுப்பாதைகளிலும் மலையடிவாரங்களிலுமே இருக்கும். காரணம் மலையென்பது வாழ்வின் ஈடேற்றம். வாழ்வின் முழுமை. அதில் பயணிக்க பெரிய அளவில் ஊக்கப்படுத்துதலே தேவையில்லை. அடிவாரத்தைக் கண்டுவிட்டாலே போதும். மனம் தானாகவே மலையேறத் தேவையான ஆர்வத்தையும்

ஊக்கத்தையும் அனுபவத்தையும் பெற்றுவிடும். ஆனால் வாழ்வின் முழுமை என்ற மலையை நெருங்கவோ கண்டடையவோதான் ஆர்வமும் அனுபவமும் தொடச்சியான ஊக்கப்படுத்தலும் வழிநெடுக தேவை.

அப்படி மலையின் அடியைக் கண்டடைய வழியெங்கும் நம்மை அழைத்துச்செல்லவே இந்த சிறுதெய்வங்கள் காட்டுப்பாதைகளிலும் காட்டாற்றுக் கரைகளிலும் காத்திருக்கின்றன. அடிவாரத்தில் நின்று இனிநீயே வாழ்வின் உச்சத்தைக் கடந்துவிடுவாய், கண்டடைவாய் என்று வழியனுப்பவே வழிவிடு. கருப்பாய் வழி கருப்பாய் இருக்கின்றன என்று எண்ணிக்கொண்டேன்.

அடிவாரத்தைக் கடந்துவிட்டால் மேலே ஏறி உச்சத்தைத் தேடி ஏறினால் எல்லா மலைகளிலும் இருப்பது ஒரே ஒரு தெய்வந்தான். அவள் வனப்பேச்சி. வனப்பேச்சி. வனப்பேச்சிதான்.

வனப்பேச்சி அடர்ந்த மலைக்குள்தான் இருப்பாள். வனப்பேச்சி சிலை பெரும்பாலும் இரண்டடி உயரத்தைத் தாண்டாத சிலையாகவோ அல்லது இரண்டடி உயரத்தைத் தாண்டாத ஒரு குத்துக்கல்லாகவோ இருக்கும். அதற்குத்தான் மாலையிட்டு மஞ்சள் பூசி சிவப்புத் துணியைச் சுற்றி தெய்வமாக்கி வைத்திருப்பார்கள். மற்ற தெய்வங்களைப்போல ஆறு கை கொண்டோ காலடியில் ஒரு மனிதனையோ மிருகத்தையோ மிதித்தபடியோ அல்லது கையில் சூலத்தோடோ சிங்கத்தை வாகனமாகவோ ஏற்று நிற்கமாட்டாள். இரண்டு கை கொண்டு வெறும் மனுசியாக தனியாகவே நிற்பாள்.

அவளுக்கு இரண்டடிக்குமேல் சிலை இருக்காது. சின்ன அழகான முகத்தோடு இருப்பாள். அவளுடைய உருவம் இயல்பாகவே இருக்கும். நாக்கைத் துருத்தியோ கோபத்தோடோ கண்களில் வெறியோடோ இருக்காது. பேரமைதியோடும் பெரும் கருணையோடும் இருக்கும். இரண்டடிக்கு மேல் அவளுக்கு சிலை வைக்கக்கூடாது. ஏனென்றால் அவள் சுற்றிப்படர்ந்த காட்டுக்கும் மலைக்கும் ஆதிமையப் புள்ளியைப்போல் இருப்பாள். அவளைப் பார்த்துவிட்டு சுற்றி மலைகளைப் பார்த்தால் அவளின் சிறுஉருவம் அந்த மலைகளின் பிரமாண்டங்களில் எதிரொளிக்கும்.

அவள் உயரம் அந்த மலைகளின் உச்சத்தோடு கலந்திருக்கும். சுற்றி மலைகளையும் இயற்கையின் ரம்மியங்களையும் பார்த்துவிட்டு அதன்பின் அவளின் சிலையைப் பார்த்தால் அவள் அந்த பிரமாண்டங்களுக்குக் குறைவில்லாமல் மலையின் உயரத்தோடு தெரிவாள். அவள் இரண்டு கைகளோடுதான் இருப்பாள். அதில் வலதுகையை ஆசி வழங்குவதுபோல் வைத்திருப்பாள். எந்த விலங்கையும் வாகனமாகக் கொண்டிருக்கமாட்டாள்.

அவள் தனக்காக இந்த வனத்தில் இருப்பவள் இல்லை. வனத்தோடு வனமாகவே வாழ்பவள். ஆனால் பெரும்பாலும் அவள் யானைகள் நடமாடும் பகுதிகளிலேயே அதிகம் இருப்பாள். யானைகள் வாழும் மலைகளே வனப்பேச்சியின் வீடாக இருக்கும். அவளுக்குப் பெரிய ஆலயமோ கோவிலோ கட்டக்கூடாது. அது வனப்பேச்சிக்கு பிடிக்காது. அடர்ந்த காடும் மலையும் வெயிலுமே அவளுக்குப் பிடித்தமான ஒன்று.

எனவே மலையின் பிரமாண்டத்திற்கு நடுவே அவள் கோவில் ஒரே ஒரு கல்மண்டபமாக மட்டுமே இருக்க வேண்டும். அந்த ஒற்றைக்கல் மண்டபத்திற்கு உள்ளேதான் அவள் இருப்பாள். தனக்கென்று யாரும் பூசாரியாகவோ பூஜை செய்பவர்களோ இருக்கக்கூடாது என்பதில் உறுதியாக இருப்பாள். யார் வந்தாலும் அவர்களே நேரடியாக சென்று தாங்களே மனதில் உள்ளதைச் சொல்லி வழிபட்டு வரவேண்டும். இடையில் ஒருவர் இருந்துகொண்டு குறி சொல்லுவதோ மந்திரம் ஓதுவதோ அவளுக்கு பிடிக்காது. வனத்திற்காகவே அவள். அவளுக்காவே வனம்.

ஆனால் நாங்கள் வனப்பேச்சியைத் தேடிப்போகவில்லை வனப்பேச்சியிருக்கும் மலையடிவாரத்தில் இருக்கும் எங்கள் தாத்தாவின் துலுக்கநாச்சியை வணங்க வந்துள்ளோம். எனக்கு எப்படி இதெல்லாம் தெரியும்? நான் ஏன் வனப்பேச்சியை வியந்து கொண்டிருக்கிறேன்? என்றெல்லாம் உங்களுக்கு சந்தேகம் வரலாம்.

எல்லாவற்றிற்கும் காரணமுண்டு. ஆம், நான் சின்னவயதில் இருந்து தாத்தாவின் வற்புறுத்தலின் பெயரில் வந்து வந்து இந்த இயற்கையின் பிரமாண்டத்தில் கலந்து கரைந்துபோனேன்.

அது மட்டுமல்ல. மேல இருக்கும் வனப்பேச்சிதான் உண்மையான அருகநாச்சி. வனப்பேச்சியின் இன்னொரு பெயர்தான் அருகநாச்சி. அவளின் பெயரிலேயே அடிவாரத்தில் இருக்கும் துலுக்கநாச்சியும் அருகநாச்சி என சொல்லப்படுகிறது. உங்களுக்கு ஏதோ ஒரு குழப்பமும் சந்தேகங்களும் தோன்றலாம். எனக்கும் அப்படித்தான் இருக்கிறது. அதை ஒவ்வொரு ஆண்டும் எப்படியும் தாத்தாவிடம் கேட்டுத் தெரிந்துவிடலாம் என்று முயற்சி எடுப்பேன். ஆனால் ஏனோ விட்டுவிடுவேன். ஆனால் இந்த ஆண்டு கேட்டுவிடுகிறேன் உங்களுக்காக.

பூஜை தொடங்கியது. சிறு கல் நடப்பட்டு சூலம் நடப்பட்டிருக்கிறது. மஞ்சள் நீர் கரைத்து சுற்றி தெளிக்கப்பட்டது. இளம்பெண் உடுத்தும் அளவான பச்சைநிறப் பட்டுப் பாவாடை சட்டை, வளையல், பூக்கள் போன்ற பொருள்கள் படையலாக வைக்கப்பட்டன. இப்போது எல்லோரும் சாமிகும்பிட்டுக்கொண்டோம்.

திடீரென சாமி வந்து தாத்தா ஆட ஆரம்பித்தார்.

‘என்ன தாயி பத்தலையா? பத்தலையா? பத்தலையா? உயிரு வேணுமா? உயிரு வேணுமா? எத்தன உயிரு? எத்தன உயிரு? மொத்த வம்சமும் வேணுமா? மொத்த வம்சமும் வேணுமா?’ என்று தாத்தா சாமிவந்து ஆட ஆரம்பித்தார்.

‘போங்கடா மொத்த உயிரயும் கொண்டாங்கடா. மொத்தத்தையும் கொண்டாங்கடா’ என்றார்.

என் அருகில் நின்றுகொண்டிருந்த உள்ளூர் ஆட்கள் ஆட்டைப்பிடித்து வந்து நிறுத்தினர்.

‘அருவாளை எடுத்து வெட்டுடா’ என்று தாத்தா சொன்னதும் ஒருவர் ஆட்டின் தலையை துண்டாக வெட்டினார்.

துடித்து துடித்து ஆட்டின் உடல் வேறு, ஆட்டின் தலை வேறாக. விழுந்து துடித்தது.

ஆட்டின் தலையை தாத்தா கையில் எடுத்து ரத்தம் சொட்டச் சொட்ட சுற்றினார். கூடவே கையில் ஆயுதங்களை

வைத்துக்கொண்டு நாங்களும் சுற்றினோம். கல்லைச் சுற்றி ரத்தம் வடிந்து ரத்தநெடி அடித்தது.

இரண்டு மூன்று முறை சுற்றி முடித்ததும் ஒரு பெரிய குழியை வெட்டி ஆட்டை புதைத்துவிட்டு யாரும் திரும்பிப் பார்க்காமல் நடக்க ஆரம்பித்தோம்.

நடத்தோம். எல்லோரும் பேரமைதியோடு நடந்தோம். இடையில் காட்டின் வழியிலேயே குளித்துவிட்டுத்தான் ஊருக்குள் செல்லவேண்டும். அதற்கான தண்ணீரை பாதையில் ஒரு இடத்தில் ஏற்பாடு செய்திருந்தனர். எல்லோரும் குளித்தனர். நானும் குளித்தேன். விடிவதற்கு முன் ஹோட்டலுக்கு வந்துவிட்டோம். காலை விடிந்துவிட்டது. மெதுவாகத் தயாராகி குடும்பத்தோடு எல்லோரும் கோவிலுக்குப் போக தயாராகிக் கொண்டிருந்தனர்.

தாத்தா தங்கியிருந்த அறையைப் பார்த்தேன். தாத்தா முகத்தில் அத்தனை தெளிவு. ஏதோ ஆட்டை வெட்டிவிட்டு பெரிய ஜென்ம விரோதியை வெட்டி அழித்ததுபோல் அவருக்கு ஒரு திருப்தி. நானும் தயாரானேன்.

எல்லோரும் குடும்பசகிதமாக காரில் ஏற ஹோட்டலின் ரிசப்சன் ஹாலில் கூடினோம். தாத்தாவிடம் கேட்டேன், எல்லோரும் இருக்கும்போது கேட்டால்தான் அந்தக் கதையை எல்லோரும் தெரிந்துகொள்ள வசதியாக இருக்கும் என்பதால் ‘என்ன தாத்தா துலுக்கநாச்சியதான் நேத்தே ஆம்பளங்க எல்லாம் ராத்திரியோட ராத்திரியா கும்பிட்டுட்டு வந்துட்டமே, திரும்ப ஏன் இன்னைக்கு குடும்பத்தோடு போய் கும்பிடணுமா’ என்றேன்.

தாத்தா பேச ஆரம்பித்தார். அனைவரும் கார்களில் ஏறுவதை தள்ளிவைத்துவிட்டு கேட்க ஆரம்பித்தோம்.

‘அதாவது நாம ராத்திரி கும்பிட்டு வந்த சாமி பேரு துலுக்கநாச்சி இல்ல. அவபேரு அருகநாச்சி. ஆம் அருகநாச்சி. அருகன் என்ற மாவீரரின் பெயரைத் தாங்கிய பெயர் அது. ஆதியில நம் முன்னோர்களெல்லாம் அறத்தின் வழியை அனைத்து உயிர்களுக்கும் உணர்த்தி ஓதி உயர்ந்த சமண மதத்தினர். நம்ம குலத்தின் வழிபாடு என்பது அருக வழிபாடு. சாதி, யுத்தம்,

வன்முறை, மூடநம்பிக்கைக்கு எதிராக அறம், அகிம்சை, கருணை என்ற உயரிய வாழ்வியலை உலகுக்குச் சொன்ன அறவழி அருகவழி. நம்ம வம்சத்தில் பெண்களே முதன்மையாக போற்றப்பட்டு வந்தார்கள். பெண்கள் கற்றவர்களாகவும் மேன்மை மிக்கவர்களாகவும் வளர்க்கப்பட்டு வந்தார்கள். அப்படி நம்ம வம்சத்தில் பல தலைமுறைகளுக்கு முன் ஆயிரம் ஆண்டுகளுக்கு முன் பிறந்த மூத்த பெண்தான் அருகநாச்சி. அருகநாச்சி என்ற பெயரோடு வளர்ந்தவள்.. அவள் சமணப்பள்ளியில் படித்து கல்வியில் புகழ்பெற்று சிறந்து விளங்கினாள். சமணத்தின் அறத்தை கற்றுத் தேர்ந்தவளாக வளர்ந்தாள். மருத்துவத்தில் அனைத்து முறைகளையும் கற்றுத் தேர்த்தாள். திருமண வயது வரவும் பெற்றோர்கள் திருமண ஏற்பாடுகளை செய்ய ஆரம்பித்தனர். என்றாலும் தான் திருமணம் செய்து கொள்ளப்போவதில்லை. தான் ஒரு துறவியாக மாறி கல்வியிலும் மருத்துவத்திலும் மனிதகுலத்திற்குத் தேவையான சேவையைச் செய்யப் போவதாக வாதம் செய்தாள். அவள் விருப்பத்தைப் புரிந்துகொண்டு அதனை ஏற்று அவளை அனுமதித்தனர்.

இயற்கையின் மீது பேரன்பும் பெரும் அக்கறையும் கொண்டவளாக வளர்ந்தாள். இயற்கையைக் காப்பதும் அனைத்து உயிர்களும் வாழ வாழ்வதே சமணர் அறம். அதுவே தீர்த்தங்கரர்கள் சொன்ன மெய்ஞானம் என்று மக்களுக்கு கற்பித்தாள்.

மலையடிவாரத்தில் பெரிய சமணப்படுக்கையை ஏற்படுத்தி பள்ளியொன்றை உருவாக்கி மருத்துவம் மற்றும் கல்விப்பணியை செய்து வந்தாள். பெண்களுக்கு கல்வியை கற்றுக் கொடுக்கும் சமூகப்புரட்சியை உலகிற்கே கற்றுக்கொடுத்த சமணத்தின் வழியில் மிகப்பெரிய பெண்களின் பள்ளியைத் தொடக்கி நடத்தினார். பகுத்துண்டு பல்லுயிர் ஓம்புதல் நூலோர் தொகுத்தவற்றுள் எல்லாம் தலை என்ற சமணக்குரவன் வள்ளுவன் சொன்னதை உலக மக்களுக்குச் சொல்லி அனைத்து உயிர்களுக்கும் அன்னையாக மாறினாள். தன் வாழும் நாட்களில் சமணத்துறவிகள் மேற்கொள்ளவேண்டிய விதிமுறைகளை வகுத்தாள். இயற்கையோடு இணைந்தே வாழ்வே மனிதவாழ்வு.

பூமியில் உள்ள லட்சோபலட்ச உயிரினங்களில் மனிதன் ஒரு உயிர் அவ்வளவே. மேலும் அறிவிலும் சிந்தனையிலும் மனிதன் மேம்பட்டதே பல்லுயிர்களை பாதுகாக்கவும் அவற்றிக்கு வாழும் இயற்கை அமைப்பை சிதைக்காமல் உணர்ந்து நடந்துகொள்வும்தான் என்றார்.

அதுமட்டுமல்ல இந்த பூமி அனைத்து உயிருக்குமானது. ஒவ்வொரு இனமும் இந்த பூமியின் உரிமைக்குரியவர்கள். எந்த உயிரின் இனமும் பூமியில் அழியாமல் பாதுகாப்பதே மனித சமூகத்தின் முதல் கடமையும் முக்கிய அறமும் ஆகும். அதைத் தவிர்த்து வேறு எவ்வளவு மாற்றமோ மேம்பாடோ முன்னேற்றமோ மனித சமுகம் அடைந்தாலும் அவையெல்லாமே வீண். எனவே பல்லுயிர் பாதுகாப்பே சமணர் அறம். தீர்த்தங்கரர்கள் கண்ட மெய்ஞானம் என்று ஓதி வந்தார்.

அவர் காடு மலைகளையும் சுற்றிச் சுற்றி வந்து இயற்கையை நேசித்து அனைத்து உயிர்கள் மீதும் பேரன்புகொண்டு வாழ்ந்தார். உண்மையான சமணத்துறவி என்பவர் தன் உணவுக்கு என்று எதையும் அழித்துவிடாமல் வாழவேண்டும் என்பதில் உறுதியாக இருதார். நாடோடியாக வாழ்ந்த காலத்தில் உணவுக்காக மக்கள் பிற உயிர்களை வேட்டையாடி வந்தனர். அதைத் தடுத்து உணவை வேட்டையாடியோ அல்லது இயற்கையிடம் இருந்து பறித்தோ பெறாமல் சிறுசிறு செடிகளை வளர்ப்பதன் மூலமும் வேளாண்மையின் மூலமே பெறவேண்டும் என்பதால் சமண தீர்த்தங்கரர்கள் வேளாண்மையை முதல் தொழிலாகக் கொண்டு வாழ்ந்தனர். மேலும் தன் வேளாண்மையின் மூலம் கிடைத்த உணவை அனைவருக்கும் கிடைக்க வணிகத்தை கட்டமைத்தனர் என்று மக்களுக்கு பாடம் கற்பித்தார்.

ஆம், உலகமே நாடோடிகளாகவும் வேட்டையாடி வாழ்ந்த சமூகமாகவும் இருந்தபோது இங்கே தோன்றிய சமண அறமே ஆதியில் வேளாண்மையைக் கண்டடைந்தது. அதே சமணமே வேளாண்மையோடு வணிகம் என்ற முறையையும் கட்டமைத்தது என்று மொத்த மனித இனத்தின் முதல் நாகரிக சமூகத்தை ஆதியில் தோன்றிய சமண அறமே கற்பித்தது, கண்டடைந்தது. அதை

மேலும் திட்டமிடவும் வரையறை செய்யவுமே காலந்தோறும் தீர்த்தங்கரர்கள் தோன்றினர் என்று தன் பள்ளி மாணவர்களுக்கு சொல்லி வளர்த்தார்.

சமணம் எங்கிருந்து யாரிடமிருந்து வந்தது? அது பல்லுயிர்ப் பாதுகாப்பு என்ற அறத்தில் இருந்துதானே வந்தது. சமணம் எங்கிருந்து வந்தது? யார் கண்டடைந்தது? என்ற கேள்விக்கு சமணம் யாராலும் கண்டடையப்பட்டதல்ல, யாராலும் உருவாக்கப்பட்டதல்ல, அது வேட்டையாடிய நாடோடி மனிதர்கள் பரிணாமத்திலும் பண்பாட்டிலும் தெளிவு பெற்று ஆற்றுப்படுகைளில் தங்கள் குடியிருப்புகளை அமைத்து வேளாண்மை செய்து வந்தனர. அதன் தொடச்சியாக கருணை, பிற உயிர்கள் மீதான அக்கறை போன்ற பண்புகளில் மேம்பட்டு தங்களை உயர்த்திக்கொண்டனர். அப்போது அவர்கள் கண்ட ஞானமும் சமூகக் கட்டமைப்புமே சமணத்தின் தோற்றுவாய்கள்.

பின்பு சமுக அமைப்பில் இருந்து பேரரசு உருவாகியது. வணிகம் என்ற முறை நடைமுறைக்கு வந்தது. போட்டிகள், போர்கள், அரசுகள், எல்லைகள், மன்னர்கள் என்ற முறைகள் தீவிரமாக உருவாக ஆரம்பித்தன. மனிதர்கள் போர் எல்லைகள் தொடர்பான போர்கள் என்பதில் தீவிரம் காட்டவே அன்பு, கருணை, சகமனிதர்கள் மீதான அன்பு, பிற உயிர்கள் மீதான நேயம் எல்லாம் குறையவே மீண்டும் மனித குலத்தின் உன்னதமான உயிர்மை நேயத்தை, கருணையை, அறத்தை மீட்க ஆதியில் முதல் பண்பாட்டு மனிதர்கள் கண்ட சமணத்தை நெறிப்படுத்தி மீண்டும் செம்மைப்படுத்த மனிதகுலத்தை வழிநடத்த பல்லுயிர் காக்க இயற்கையைப் பாதுகாக்க பல்வேறு காலங்களில் தீர்த்தங்கரர்கள் தோன்றி சமண அறத்தை நெறிப்படுத்தினர்.

இருபத்தி நான்கு தீர்த்தங்கரர்கள் என்பதைத் தாண்டி இருபத்து ஐதாவது தீர்த்தங்கரராக குறள் கண்ட வள்ளுவர் தோன்றினார். இன்னும் பல தீர்த்தங்கரர்களை காலம் கைகாட்டும் என்று அவர் கூறி வந்ததாக வழிவழியாக சொல்லப்பட்டு வருகிறது.

அருகநாச்சி தீவிர நோன்பையும் மேற்கொண்டு வந்தார். சமணத் துறவிகளுக்கே உரிய நோன்பான பண்பை உறுதியாக

கடைபிடித்தார். குறிப்பாக தனக்கான உணவாக கீழே உதிர்ந்த பழங்களை மட்டுமே சாப்பிட்டு வந்தார். அதுவும் விதையோடு சாப்பிடக்கூடிய பழங்களைத் தவிர்த்தார். காரணம் முளைத்து வளர நினைக்கும் ஒரு செடியை சாப்பிடக்கூடாது என்பதுதான். மரத்தில் இருந்து பறித்து உண்பதைக்கூட தவிர்த்து உதிர்ந்த பழங்களை மட்டுமே சாப்பிட்டு வந்தார். மாம்பழம், நாவல் பழங்களைப் பொறுக்கி சாப்பிட்டு அதன் விதைகளை சேதப்படுத்தாமல் மண்ணிலேயே எறிந்தார். நெல், கடலை போன்ற உணவையும் அவர் உண்ணவில்லை. விதைகளைத் தின்று அதை அழிக்க நினைப்பது துறவிக்கு ஆகாது என்றார்.

துறவி என்பவர் உணவுக்காக வேளாண்மை செய்ததை உண்ண நினைப்பது கூட துறவுக்கு செய்யும் இழுக்கு என்றார். பெரும்பாலும் காட்டில் கிடைத்த சிறுசிறு உதிர்ந்த பழங்களைத் தின்றும் பெரும்பாலான நேரத்தை நோன்பிலேயே கழித்தவர். அதுவே துறவின் முழுமையான எல்லை என்று சொன்னார். வயதாகவே ஒரு முடிவு செய்தார். ஆம் வயோதிக காலத்தில் வடக்கிருக்கும் நோன்பு நோற்று மரணிக்க முடிவு செய்தார்.

தன் மரணத்திற்குப் பின் தன் உடலை எரியூட்டக் கூடாது. தன் உடலை அடர்ந்த காட்டில் ஆள் நடமாட்டம் எதுவும் இல்லாத மலையில் தூக்கிச்சென்று வெள்ளைத்துணியில் உடலைச்சுற்றி தீர்த்தங்கரர்களை வேண்டி அவர்கள் கூறிய அறத்தை ஓதியபடியே திருக்குறள் என்ற சமணமுனிவன் சொன்ன அறநூலைப் படித்துக்கொண்டே தன் உடலை தூக்கிச்சென்று மண்ணுக்குள் ஒப்படைத்துவிட வேண்டும் என்றார். ஏனென்றால் உடலைப் புதைப்பதே சமண சமய பௌத்த சமய வழக்கம். ஆனால் அன்றைய காலத்தில் ஆரியர்கள் எரியூட்டும் பழக்கத்தைப் பின்பற்றினர்.

ஒரு பௌர்ணமி நாளில் தன் உண்ணா நோன்பைத் தொடங்கினார். சமணப் புனிதநூல்கள் ஓதிட திருக்குறள், நாலடியார் போன்ற சமண முனிவர்கள் எழுதிய அறநூல்கள் வாசிப்பு நடந்தது

ஏழாம் நாள் மெல்ல மூச்சு நின்றது. பின் மலைகளையும் காடுகளையும் ஆற்றையும் அருவியையும் பல்லுயிர்ப்

பாதுகாப்பையும் தன் வாழ்நாளெல்லாம் கடமையாகச் செய்த அருகநாச்சியை அவள் விருப்பப்படியே மலைக்காடுகளில் கொண்டு மண்ணில் புதைத்தனர். காட்டையும் மலையையும் காக்கும் காவல் தெய்வமாக காட்டு உயிர்களைப் பாதுகாக்கும் அதன் பல்லுயிர்ப் பெருக்கத்தை மண்ணில் எப்போதும் காத்து நிற்கும் தெய்வமாக நின்றாள். முதலில் அருகநாச்சி என்றே அழைக்கப்பட்ட வனதெய்வமான அருகநாச்சி வனப்பேச்சி என்று அழைக்கப்பட்டாள்.

காடு மலை இயற்கையைக் காப்பதே அறம். அனைத்து உயிர்களையும் நேசிக்கும் உயிர்மை நேயமே மனித அறம். அதுவே தீர்த்தங்கரர்கள் சொன்ன கருணை, மெய்ஞானம் என்பதை உணர்ந்து அனைவருக்கு சொல்லி வாழ்ந்தவள். சமண முனிவனான வள்ளுவனும் பகுத்துண்டு பல்லுயிர் ஓம்புதலே நூலோர் தொகுத்தவற்றுள் எல்லாம் தலை என்றான். ஆம் வாழ்வின் அறம் என்ன என்ன என சொல்லிய தீர்த்தங்கரர்கள் சொன்ன அறங்களிலேயே உயர்ந்த அறம் அனைத்து உயிர்களும் வாழ வாழும் அறம் என்று சமணத்தின் மெய்ஞானத்தை உலகுக்குச் சொல்லிவைத்தாள்.

அருகநாச்சியே வனப்பேச்சியாக இருந்து காற்றை, காட்டை, மலையை, பல்லுயிரைக் காத்து வருகிறாள். அப்படி அருகநாச்சியின் வழியில் உயரிய மேன்மையான சமண அறத்தைப் பின்பற்றும் குடும்பம்தான் நம் முன்னோர்கள். பின்பு பலநூறு நூற்றாண்டுகளுக்கு முன் திருஞானசம்பந்தன் காலத்தில் திட்டமிட்டு நம் முன்னோர்கள் ஞானிகள் துறவிகள் உயிரோடு கழுவேற்றப்பட்டு கொல்லப்பட்டதும் பயத்தில் குடும்பத்தோடு சமண அறத்தை விட்டு ஆரிய மதத்திற்கு மாறிவிட்டார்கள் என்றாலும் அவர்களின் நிலங்கள், வீடுகள் பறிக்கப்பட்டு ஊருக்கு வெளியே அடிமைகளாக வைக்கப்பட்டனர் என்றாலும் மறைமுகமாகவும் ரகசியமாகவும் நம் மக்கள் சமணநெறியைப் பின்பற்றி வந்தனர்.

பின்பு பல்வேறு படையெடுப்புகள் யுத்தங்கள் என்று வந்து பல மாற்றங்களைச் சந்தித்தது இந்த நாடு. கடைசியாக

ஜமின் முறை விஜயநகரப் பேரரசு காலத்தில் உருவானது. அப்போது நம் மக்கள் மேலும் மேலும் அடிமைப்படுத்தப்பட்டு சித்திரவதைப்படுத்தப்பட்டு பல துன்பங்களைச் சந்தித்தனர். அப்போதுதான் நம் வம்சத்தில் நீண்ட தலைமுறைகளுக்குப் பின் பெண் குழந்தை பிறந்தது. அதற்கு நம் குலதெய்வமான வனப்பேச்சியின் பெயரான அருகநாச்சி எனப் பெயரிட்டு வளர்த்து வந்தனர்.

அருகநாச்சி அழகும் லட்சணமும் நிறைந்தவளாக இருந்தாள். சின்ன முகம், பூனைமுக அழகு. ஆம், பூனைமுகம் எப்போதும் பேரழகுதான். அந்த முகத்தைப் பார்த்துக்கொண்டே இருக்கலாம். அந்த முகத்திற்கு வயசே ஆகாது. அப்படிப் பேரன்பும் பேரமைதியும் முகமெல்லாம் புன்னகையும் கொண்ட முகமாக இருந்தாள் செல்லக் குறும்புக்காரியான அருகநாச்சி இவள் பெயருக்கேற்ற மாதிரி வனங்களை காடுகளை நேசிப்பவளாக இருந்தாள். அனைத்து உயிர்களுக்கும் கருணையும் அன்பும் அள்ளித்தரும் குணம் அருகநாச்சி குணம். வனத்தில் இருக்கும் அருகநாச்சியான வனப்பேச்சியை குலதெய்வமாக வணங்கி வந்த நமக்குப் பெண்களே குடும்பத் தலைவர்களாகவும் பெண்களே கோவில்களில் பூஜை செய்யும் சாமியாடிகளாகவும் இருந்து வந்துள்ளனர்.

ஒருநாள் மாலை நேரம் அருகநாச்சி வீதியில் நடந்து சென்று கொண்டிருக்கிற நேரம் அந்த வழியாக குதிரைவண்டியில் வந்த ஜமின் அருகநாச்சியின் மீது ஆசைகொண்டு அவளை குதிரைவண்டியில் தூக்கிக்கொண்டு போய்விட்டான். அப்போது ஜமின்கள் வைத்ததே சட்டம். யார் நிலத்தையும் வேண்டுமென்றால் பிடுங்கிக் கொள்வார்கள். அவர்களுக்குப் பிடித்துவிட்டால் எந்தப் பெண்களையும் தூக்கிக்கொண்டு போய்விடுவார்கள். அவர்கள் சர்வாதிகாரத்தின் உச்சமாக வாழ்ந்து வாந்தார்கள். அவர்கள் ஆட்டத்தை ஆங்கிலேயர்கள் வந்தே முடிவுக்குக் கொண்டு வந்தனர். ஆங்கிலேயர்கள் மட்டுமே இந்த மண்ணின் மக்களை மீட்டு வரலாற்றை மீட்டு பூர்வகுடிகளின் வரலாற்றை குறிப்பாக புத்த, சமண மதத்தின் தொன்மங்களைப் பாதுகாத்து

பூர்வகுடி மக்களுக்கும் இந்த நாட்டின் வரலாற்றுக்கும் பெரிதும் துணை நின்றவர்கள். அனைவருக்கும் கல்வி, மருத்துவம் என்று பொதுமை செய்தவர்கள்.

அப்படித் தூக்கிக்கொண்டு போன அருகநாச்சியைத் தேடி வீட்டு ஆண்கள் தேடி விசாரித்தபோது ஜமினால் தூக்கிச்செல்லப்பட்ட செய்தி கேட்டு இரவில் யாருக்கும் தெரியாமல் அரண்மனைக்குள் இறங்கினர். அங்கே ஒரு அறையின் மூலையில் அருகநாச்சி மயங்கிக் கிடந்தாள் அரண்மனையை விட்டு இரவோடு இரவாக வெளியேறி காட்டுவழியில் தோளில் அருகநாச்சியை தூக்கிக்கொண்டு நடந்தனர்.

அவர்களின் தோள்களில் இரத்தம்போல் இருக்கவே அருகநாச்சியை தோள்களில் இருந்து இறக்கிப் பார்த்தனர். அவளின் தொடைப்பகுதியில் இருந்து வந்துகொண்டிருந்தது அந்த ரத்தம்.

ஆம், அருகநாச்சிக்கு பதினைந்து வயதுதான் ஆகிறது. குழந்தை அவள். அவளைத் தூக்கிவந்து வன்புணர்வு செய்து கெடுத்திருக்கிறான் ஜமின். கிட்டத்தட்ட அவள் உயிர்போகும் நிலையில் இருக்கிறாள். பல்வேறு சித்திரவதைகள் செய்யப்பட்டிருக்கிறாள். இதற்குமேல் அவள் உயிர் வாழவே முடியாது என்பதை ஆண்கள் உணர்ந்து கொண்டனர். தூக்கிக் கொண்டுவந்த வழியிலேயே அவளை உயிரோடு புதைத்துவிட்டனர்.

அடுத்து அனைத்து ஆண்களும் புதைத்த இடத்தில் ஒன்றாக உட்கார்ந்து ஒரு திட்டம் போட்டனர். ஆம், மிகப்பெரிய கொடூரமான செயலைச் செய்ய திட்டமிட்டனர். ஜமின் மட்டுமல்ல, ஜமின் வம்சத்தையே அழித்துவிடவேண்டும். ஜமின் குடும்பத்தைச் சேர்ந்தவர் ஆண்கள், பெண்கள், குழந்தைகள் அனைவரையும் அழித்து இனிமேல் இப்படி ஒரு ஜமின் வம்சம் இல்லவே இல்லை, ஜமின் இரத்தம் ஓடுகிற அனைவரையும் தேடித் தேடி அழித்துவிடுவதே ஒரே லட்சியம் என முடிவு செய்தனர்.

ஜமின மட்டும் கொல்லுறது சரியில்ல, நம்ம வீட்டு பொம்பளங்க மேல கைவச்சா நாமளும் அவன் வீட்டு பொம்பளங்கள ஒன்னுமே பண்ணமாட்டோம்ற நெனப்புதான் பலபேரக் காப்பாத்திக்கிட்டு இருக்கு. நாம அவங்க குடும்பத்து மேல கைவச்சா நம்ம குடும்பத்து மேல அவனுக கை வைப்பானுங்க பயத்த எல்லோருக்கும் உருவாக்குனாத்தான் நம்ம குடும்பத்த காப்பாத்தமுடியும். நாம தப்புச்செய்யிற ஒரு கெழட்டுப்பயல கொல்லுறதால அடுத்து அடுத்து நம்ம வீட்டுப் பொண்ணுகள் பாதுகாப்பா இருப்பாங்கனு எப்படி நம்புறது. அதான் அந்த ஜமின் முன்னாடியே அவன் வம்சத்தையே அறுத்துப்போடுறோம்.

ஏன்டா இவனுங்க வீட்டுப் பொண்ணுமேல கை வச்சோம்னு அவன் துடிக்கணும் அவன் சொத்து அஸ்தியயெல்லாம் தீ வச்சு எரிச்சுடுவோம். கடைசியா ஜமின தூக்கிட்டு வந்து அருகநாச்சிய பொதச்ச எடத்துல வெட்டிப் பலி கொடுக்கிறோம்.

இதுதான் இனி வர்ற காலங்கள்ல ஜமின்கள் நம்ம வீட்டுப் பொண்ணுங்க மேலையும் நம்ம ஜனங்க மேலயும் நம்ம நிலபுலங்கள் மேலயும் கைவைக்க பயத்த ஏற்படுத்தும். நாடெங்கும் இந்த செய்தி பரவி நம்ம மக்கள பாதுகாக்கும் என்று ஒருவர் சொல்ல அனைவரும் அதற்கான ஆயத்தத்தைத் தொடங்கினர்.

ஜமினோட மகள் பக்கத்து ஜமினுல வாக்கப்பட்டு பிள்ளைகுட்டியோட இருக்கா. அவளையும் அவள் வம்சத்தையும் அழிச்சுடுங்கனு சொல்லி ஒரு மூனு ஆம்பளங்கள அனுப்பி வச்சாங்க. மிச்சப்பேரு அரண்மனைக்குள்ள போகத் திட்டமிட்டாங்க அரண்மனையிலதான் ஜமினோட மகன்கள் மருமகள்கள் பேரன்பேத்திங்கன்னு மொத்த வம்சமுமிருக்கு. ஒரு உயிர்கூட தப்பிக்கக்கூடாதுன்னு திட்டமிட்டாங்க. இரக்கப்பட்டோ கருணையோ காட்டி யாரையும் விட்டுடாதீங்க. பொம்பளங்க பாவம் அவங்கள ஏன் கொல்லணும்னு விட்டுடாதீங்க ஏன்னா நாம இழந்தது ஒரு பொண்ணத்தான். சின்னப்பிள்ளைங்க கொல்லுறது பாவமுன்னு கருணை காட்டிடாதீங்க ஏன்னா நம்ம அருகநாச்சியும் பதினஞ்சு வயசுகூட ஆகாத சின்னப்புள்ளதான். அரண்மனையில இருக்குற

சொத்தோ பொருளோ நமக்கு வேணாம். அப்படி எதுவும் எடுத்துட்டா நாம அருகநாச்சிக்காக பண்ணல. பணத்துக்கும் பொருளுக்கும் பண்ணுனதாகிடும். இது அருகநாச்சிக்கு நாம செய்யிற துரோகமாயிடும். அதே நேரம் இந்த அரண்மனை சொத்து அதிகாரமெல்லாம் நம்மட்ட இருந்து பறிக்கப்பட்டதுதான். அதெல்லாம் பறிச்சுட்டு அவனுங்க பண்ணுன ஆட்டத்துக்கு அது எரிச்சுசாம்பலாக்கி எல்லா ஜமினுக்கும் பயத்த ஏற்படுத்துங்க. நம் இனத்து மேலயும் நிலத்து மேலயும் கைவச்சா எதுவுமே மிச்சமிருக்காதுக்குற பயந்தான் வருங்காலத்துல நம்ம மக்கள பாதுகாக்கும்.

கருணையும் பேரன்பும் இன்னாசெய்தாருக்கும் நன்மை செய்யும் உயரிய அறத்தைப் பின்பற்றி வனப்பேச்சியை வணங்கி வருகிற நாம இப்படி செய்யலாமா என்ற எண்ணம் பலருக்கும் வரலாம். உயிரோடு புதைக்கப்பட்ட அருகநாச்சியை நெனங்க எல்லாம் சரியாகும். கழுவேற்றி நம் முன்னோர்கள் எல்லாரையும் உயிரோடு அழித்த கூன்பாண்டியனையும் ஞானசம்பந்தனையும் எதிர்த்து சண்டையிட்டு அழிச்சிருந்தா இன்னைக்கு சமணமுனு ஒரு உயர்ந்த நெறியை போதிக்க ஆளில்லாமல் போயிருப்போமா அன்று கைகட்டி வேடிக்கை பார்க்காமல் அவர்களை அழிக்க நம் முன்னோர்கள் திட்டம் தீட்டியிருந்தால் கொத்துக்கொத்தாக சமணத்துறவிகளை உயிரோடு கழுவில் இழந்திருப்போமா? அறத்திற்கான யுத்தம் இது. வாருங்கள் செல்வோம் என்று அரண்மனைக்குள் நுழையச் சென்றனர்.

அரண்மனையெங்கும் பலத்த காவல். என்றாலும் இவர்கள் ஒருவழியாக மதில்சுவரைத் தாண்டிவிட்டனர். காவலுக்கு நின்ற சிலரை சத்தமில்லாமல் அந்த நள்ளிரவில் கொன்னு போட்டு முன்னேறினர். அரண்மனைக்குள் நுழைந்தனர். உள்ளே ஆங்காங்கே பல்வேறு அறைகளில் தங்கியிருந்த ஜமினின் குடும்பத்தை நீண்டபெரிய ஹாலில் இழுத்துக் கொண்டுவந்து நிறுத்தினர். வர மறுத்த தப்பித்தவர்களை காலை கையை துண்டுதுண்டாக வெட்டினர். ஓடியவர்களை ஈட்டியால் குத்திக் கிழித்து சாய்த்தனர். ஒரு அறையில் இருந்து ஜமினை உயிரோடு இழுத்துவந்து நிறுத்தினர்.

ஜமின்தார் கத்தினான். கதறினான். தப்பு பண்ணுனது நான். என்ன வெட்டுங்க கொல்லுங்க. குடும்பத்தை விட்டுறுங்க என்று அலறித் துடித்தான்.

ஏன்டா சாகப்போற கெழட்டு நாயே ஒன்னக் கொல்லுறதுக்கா வந்தோம். நீங்க எங்க வீட்டு பொம்பளங்க மேல கைவச்சாலும் நாங்க நேர்மையோட நல்லவங்களா ஒண்ண மட்டும்தான் கொல்லுவானுங்கன்ற தைரியத்துலதான் இப்படி தப்பெல்லாம் பண்ணுறீங்க?

சாகப்போற கெழட்டுப்பய ஒன்ன கொன்னுட்டா அங்க மகள இழந்து துடிக்கிறவங்க மனசு சரியாகிடுமா? நீ செத்துட்டு போயிருவ ஒண்ணோட பரம்பர சொந்தபந்தம் ஓகோனு இதே ஊருல வாழும். அத மகள இழந்தவங்க பாத்துட்டு சும்மா இருக்கணும். நாளைக்கி இதே மாதிரி உன்னோட வாரிசுங்க எங்க வீட்டு பொம்பள பிள்ளைங்க மேல கைவைப்பாங்க. நாங்க மட்டும் நல்லவங்களா இருந்து அவன மட்டும் கொல்லணும்.

இனிமே பொம்பளப் பிள்ளைங்க மேலயும் எங்க நெலத்து மேலயும் கை வச்சா மொத்த வம்சத்தையும் கருவருப்போம்னு உங்களுக்குத் தெரியணும். அந்த பயம்தான் எங்களுக்கும் எங்க ஜனங்களுக்கும் எங்க நிலத்துக்கும் பாதுகாப்பு. நீங்க எங்க பிள்ளைய கற்பழிச்ச மாதிரி நாங்க செய்யமாட்டோம்.

ஏன்னா அது எங்க நோக்கமில்லை. அந்த அளவுக்கு கேவலமானவங்களும் நாங்க இல்ல. அதே நேரம் உன் குடும்பத்த உயிரோடு விட்டுப்போற அளவுக்கு நாங்க சின்ன இழப்புகள சந்திக்கல. பெரிசா இழந்திருக்கோம். பெருசா ஒனக்கு கொடுக்கத்தான் உன் குடும்பத்தையே எரிக்கப்போறோம் என்றான்.

நம் இனத்தான் ஒருவன். ஜமினோட அரண்மனையவும் ஜமினோட வாரிசுகளையும் மொத்தமா தீய வச்சு எரிச்சுட்டு ஜமின மட்டும் கட்டித் தூங்கிட்டு வந்துட்டாங்க. மொத்த அரண்மனையும் அதுல இருந்த ஆளுகளும் எரிஞ்சு சாம்பலானாங்க அரண்மனை விடிய விடிய எரிஞ்சது. ஜமின்தாரோட ஆம்பளங்க அருகநாச்சிய பொதச்ச எடத்துக்கு வந்து சேர்ந்தாங்க.

பிடிச்சு கட்டி தூக்கிட்டு வந்த ஜமின்தார்ட்ட டேய் இந்த மண்ணோட பூர்வகுடி நாங்க ஆதி இனம். நேத்து வந்த நீங்க இந்த எங்க மண்ணப் பிடுங்குனீங்க. எங்க மொழிய பிடுங்குனீங்க எங்க அதிகாரத்தை பிடுங்குனீங்க எங்க பொம்பளங்க மேலயும் கை வச்சீங்க. நாங்க பாத்துட்டு சும்மா இருக்கணுமா என்று ஒருவன் சொல்ல ஜமின்தாரோ துடித்துக்கொண்டே கத்தினான்.

நான் பண்ணுன தப்புக்கு மொத்தமா என் வம்சத்தையே அழிச்சு பதினெட்டு உயிர வாங்கிட்டீங்களே? ஏன்டா இப்படி பண்ணுனீங்க

... அடேய் ஜமினு பதினெட்டு இல்லடா உன் மகள கட்டிக் குடுத்திருக்கயே அங்க அவளும் அவ குடும்பம் அஞ்சு பேர சேத்து இருபத்திமூணுடா. அருகநாச்சி இருபத்தி மூணு உசுர வாங்கிட்டு இதே இந்த இடத்துலதான் இன்னும் உயிரோட பொதஞ்சு கெடக்கா. ஆனாலும் அவளுக்கு பத்தாதாம். இன்னும் வேணும்கிறா.

நீயும் செத்துடு என்று சொல்லியவாறே சுத்தி நின்ன அத்தனை பேரும் அவனை கையில் இருந்த கத்தியாலும் அருவாளாலும் ஈட்டியாலும் குத்திக் கிழிச்சாங்க. கடைசியா அருவாளால ஜமினோட தலைய வெட்டி அருகநாச்சிய பொதச்ச எடத்த சுத்தி அப்படியே அவனையும் பொதச்சுட்டாங்க.

இந்த செய்தி பல ஜமின்களுக்குப் பரவி பெரிய கலவரமெல்லாம் வந்தது. அந்த நேரம் ஆங்கிலேயர்கள் ஆட்சி நடந்ததால் கலவரத்த இரும்புக்கரம்கொண்டு கட்டுப்படுத்திட்டாங்க. பல ஜமின்கள் நம்ம மக்களோட நெலங்கள பிடுங்குறதையும் நம் மக்கள சித்திரவதை செய்றதையும் பயந்துட்டு நிறுத்திட்டாங்க. ஜமினுங்க முறையில அதிகமான நிலங்கள இழந்து பெரிய சித்திரவதைக்கு ஆளானது.

நம் மக்கள்தான் குறிப்பா ஜமின்ங்க எல்லாரும் வெள்ளக்காரனுங்களுக்கு வரி கட்டி அவங்க ஆதரவுல ஏகபோகமா வாழ்ந்து வந்தானுங்க நாமதான் எல்லா வகையிலும் போராடினோம். விஜயநகரப் பேரரசு காலத்துலதான் தமிழனோட தொன்மங்கள் வரலாறுகள் எல்லாம் அழிக்கப்பட்டது

திரிக்கப்பட்டது. நம்ம மக்கள் பின்பற்றி வந்த சமண பௌத்த பண்பாடுகள் இந்துத்துவமா மாற்றப்பட்டதோடு நம்ம மக்கள் வழிபட்ட சமண பௌத்த கோவில்கள் வரலாற்றுச் சின்னங்கள் கொஞ்சம் கொஞ்சமா சிதைக்கப்பட்டது.

அப்புறம் ஜமினுங்க எல்லாம் ஆங்கிலேயருக்கு வரி கட்டி அவனுங்க பொண்டாட்டி பிள்ளைங்கள கூட்டிவிட்டும் ஏகபோக அதிகாரத்தோட இருந்தாங்க. நம் மக்கள அடிமையா நடத்த ஆரம்பிச்சாங்க. அதுலதான் நம் முன்னோர்கள் சுயமரிதையோட வாழவும் ஒரு பாதுகாப்புத் தேடியும் இஸ்லாத்தை ஏற்றுக்கொண்டு அங்க அங்க போய் தொழில் செய்து முன்னேறினோம். இந்த அருகநாச்சி இன்னும் உயிரோடு இருந்து நம்ம வீட்டுப் பெண்களையும் நம்ம நிலத்தை பிடுங்க வர்ற ஆதிக்க ஜாதிக்காரங்களையும் அழிச்சு நம்ம இனத்தை காப்பாத்திட்டு வர்றதா நம்புறோம்.

அந்த ஜமின அழிக்கப் போனதுல எங்க அப்பா முக்கியமானவரு. அதெல்லாம் நேர்ல பாத்து வளந்தவன்தான் நான் என்று தாத்தா பேசிக்கொண்டிருந்தார்.

கடைசியாக இந்த மண்ணுல இருக்குற நாம எல்லாரும் ஏதோ ஒரு காலத்துல அடக்குமுறைக்கு எதிரா நின்ற பூர்வ பௌத்தர்கள், சமணர்கள் இந்த உலத்திற்கே அறத்தை, அன்பை தருமத்தைச் சொன்ன அறவாழி அந்தணர்களான பறையர்கள், பள்ளர்கள், ஆதிதிராவிடர்கள். திட்டமிட்டு இந்த மண்ணில் அழிக்கப்பட்ட சமணமும் பௌத்தமும் மீண்டும் இந்த மண்ணை தன் அறத்தால் நிரப்பும் கோவிலுக்குள் நுழைவதற்காக போராடி ஆரியத்திற்கு துணைபோகாமல் தாய் மதமான சமணத்தை, பௌத்தத்தை மீட்க மக்கள் போராடுற காலம் வந்துகொண்டிருக்கிறது. சமணத்திற்கும் பௌத்தத்திற்கும் அழிவில்லை ஏனென்றால் காலத்திற்கு அழிவில்லை இரண்டும் காலத்தைப் போன்றவைகள்.

3. சக்கரத்தாழ்வார்

சித்தார்த்தன் அரண்மனையில் தனக்கான பணியாள் ஒருவர் அவனை வணக்குவதைக் கண்டான். அப்போது அவனுக்கு வயது ஏழோ எட்டோ இருக்கும். நீங்கள் வயதில் மூத்தவர் என்னையேன் வணங்குறீர்கள்? என் அன்னை சொல்லியிருக்கிறாள் வயது மூத்தோர்களை மதித்திடல் வேண்டும் என்று. நான்தான் வயதில் குறைந்தவன். சிறியவன். நான் உங்களுக்கு வணக்கி வழிவிடுதலே முறை. நீங்கள் என்னை வணங்க வேண்டாம் என்றான்.

பணியாளோ இல்லை இல்லை. நீங்கள் அரசன் மகன். எங்கள் இளவரசர் என்றான். எதுவும் புரியாத சித்தார்த்தன் அன்னையிடம் சென்று வினவினான்.

ஏன் தாயே என்னை எல்லோரும் வணங்குகிறார்கள்? என்றான்.

ஆம் சித்தார்த்தா, நீ இந்த நாட்டின் இளவரசன். அரசரின் மகன்.

நம் அரண்மனையில் என்னைப்போலவே பல குழந்தைகள் இருக்கிறார்கள். அவர்களுக்கு ஏன் சேவகம் செய்யவும் பணிவிடை செய்யவும் ஆட்கள் இல்லை. அவர்களுக்கு ஏன் என்னைப்போலவே படுக்கையும் உணவும் இல்லை. அவர்கள் என்போல் குருக்களிடம் சென்று கல்வி கற்பதில்லை.

அன்னை கோதமி சித்தார்த்தனைப் பெற்ற தாயில்லை. அன்னையின் சகோதரி. அன்னை மகாமாயா சித்தார்த் பிறந்த ஆண்டிலேயே இறந்துவிட்டாள். அவன் வளர்வதெல்லாம் சிற்றன்னை கோதமியிடம்தான்.

அவன் கேட்ட கேள்விகளையெல்லாம் கேட்டுக்கொண்டே பதிலளித்தாள். அவர்கள் உன்போல் இளவரசர்கள் இல்லையே. அவர்கள் எல்லோரும் நம் அரண்மனையில் பணியாற்றும் பணியாட்களின் பிள்ளைகள்.

அப்படியா? என்றவாறு விளையாடச் சென்றுவிட்டான்.

அன்றில் இருந்து கோதமிக்கு ஒரே வருத்தம். இவன் இளவரசன் என்ற அதிகாரத்தோடு வளரவில்லை. மற்ற செல்வந்த வீட்டுப் பிள்ளைகளுக்கு இருக்கும் மிடுக்கும் அதிகாரத் தோரணையும் வரவேயில்லை. போர்க் கலைகளைக் கற்றுக் கொடுக்கும் ஆசிரியர்களிடம் இவன் ஆர்வத்தோடு சென்று படிப்பதில்லை. உணவு விருந்து கேளிக்கை கொண்டாட்டங்கள் என்று அரச குடும்பத்தினர் அனுபவிக்கும் அடிப்படையான விசயங்களைக்கூட வேண்டாமென்றும் விருப்பமின்றியும் இருக்கிறான்.

இறைவா இவனுக்கு ஒரு நல்ல அறிவைக் கொடு என்று வேண்டிக்கொண்டாளே தவிர அவளால் சித்தார்த்தனைத் திருத்த முடியவில்லை.

அடுத்தநாள் வயல்களில் விதைப்புத் திருவிழா சாக்கிய வம்ச மக்கள் தாய்வழி முறையைப் பின்பற்றும் பூர்வகுடிமக்கள் என்பதால் பெண்கள் விதையெடுத்துக் கொடுக்க அதை வாங்கி வணங்கி நடவு, விதைப்பு போன்ற செயல்களைச் செய்வர். எனவே அன்னை கோதமி தன் நிலங்களுக்கு விதைக்க, நடவு செய்யத் தேவையான விதைகள் நாற்றுகளின் முதல் படியை எடுத்துக் கொடுக்க வயல்வெளிக்குச் சென்றிருந்தாள். கூடவே சித்தார்த்தனையும் அழைத்துக்கொண்டு வயலில் ஓரத்தில் ஒரு கல் நடப்பட்டிருந்தது. அதில் சந்தனம், குங்குமம் போன்றவை பூசப்பட்டு மலர்கள் வைத்து வணங்கப்பட்டிருந்தது.

அது என்ன என்று கேட்டான் சித்தார்த்தன்.

அதுவா உன் அன்னை மாகாமாயாவுக்கு மக்கள் கோவில் செய்துள்ளனர் என்றாள் கோதமி.

எதற்காக என் அன்னைக்கு அவர்கள் கோவில் கட்டி வணங்கி வருகின்றனர். உன் அன்னை சின்ன வயதிலேயே மருத்துவம் கற்றுத் தேர்ந்தவள். அவள் பலருக்கு மருத்துவம் பார்த்து உயிரைக் காப்பாற்றியதோடு இல்லாமல் நோய் நொடி எதுவும் பரவாமல் ஊரையே பாதுகாத்து வந்தாள். அது மட்டுமல்ல ஊரெங்கும் பஞ்சம் கொல்லை நோய் வந்த காலத்தில் மக்களுக்கு

மருத்துவம் செய்ததோடு பசியைப் போக்க உணவுகள் அளித்து மக்களைக் காத்து வந்தாள். அதனால் அவளை மறக்காத மக்கள் அவளை வணங்கும் விதமாக அன்னசத்திரம் அமைத்து பசியோடு இருப்பவர்களுக்கு அன்னமிடுகிறார்கள் நோயோடு வருபவர்களுக்கு மருத்துவம் செய்கிறார்கள். அடைக்கலம் தந்து எல்லோருக்கும் உதவும் இடத்திற்கு மாகாமாயி சத்திரம் என்று பெயரிட்டுள்ளார்கள்.

சித்தார்த்தன் கேட்டுக்கொண்டே நகர்ந்தான். அரண்மனையில் சில பிராமணர்கள் வருகை தந்தனர். கடவுள் படைப்பில் தாங்கள் உயர்ந்தவர்கள் என்றும் கடவுள் உலகைப் படைக்கும்போது தங்களை உயர்ந்த குலத்தவராக படைத்ததாகவும் தங்களுக்கு சேவகம் செய்யவே மற்ற இனத்தவர் படைக்கப்பட்டதாகவும் அவர்கள் பேசினர். மன்னரோ, நீங்கள் ஆரியர்கள். உங்கள் பண்பாடு வேறு. எங்கள் பண்பாடு வேறு. நாங்கள் பெண்களை மதிப்பவர்கள். நீங்களோ பெண்களை இழிவாக நினைப்பவர்கள். எங்கள் பண்பாட்டில் அனைவரும் பிறப்பால் சமம். நீங்கள் சமத்துவத்திற்கு எதிரானவர்கள். வேள்வியிலும் யாகங்களிலும் கடவுளைக் காணலாம் என்பது உங்கள் நம்பிக்கை நாங்களோ சேவையிலும் கருணையிலும் ஒழுக்க வாழ்விலும் ஞானத்தைக் கண்டடைய முடியும் என்பதில் உறுதியாய் இருப்பவர்கள்.

எனவே நீங்கள் உதவி கேட்டோ வேள்வி, யாகம் நடத்த பொருள் கேட்டோ இடம் கேட்டோ அரண்மனைக்கு வரக்கூடாது. மேலும் எங்கள் நாட்டின் எல்லைப் பகுதியில் ஆரியர்களான நீங்கள் உங்கள் வருணமுறையையோ பண்பாட்டையோ மக்களுக்கு போதிக்கக்கூடாது என்று மன்னர் எச்சரித்தார்.

இது எங்கள் முன்னோர்களான தீர்த்தங்கர்கள் சொல்லி வந்த அறத்தையும் கருணையும் பின்பற்றி வாழும் மண். மக்கள் இங்கே ஆரியர்களே. உங்கள் திட்டம் பலிக்காது என்று அனுப்பினார்.

அரண்மனையில் நடத்தவைகளையெல்லாம் பார்த்துக்கொண்டே இருந்த சித்தார்த்தர் ஏதோ ஆழ்ந்த சிந்தனைக்குச் சென்றுவிட்டார். அறுவடைத் திருவிழா தொடங்கியது. வயல்களில் இறங்கி அறுவடையைத் தொடங்கினர்

மக்கள். வேளாண்மைக்குத் துணை நின்ற சூரியன், மழை, எருதுகள் போன்றவற்றிற்கு நன்றி செலுத்தினர். அறுவடை முடிந்த கையோடு கடவுளுக்கு காணிக்கை கேட்டு வந்த பிராமணர்களுக்கு மக்கள் அள்ளி அள்ளி கொடுத்துக்கொண்டிருந்தனர். அங்கு வந்த சித்தார்த் மக்களை அழைத்தார். இளவரசர் வருவதைக் கண்ட மக்கள் வயல்களில் கூடி நின்று வரவேற்றனர்.

என்ன செய்து கொண்டிருக்கிறீர்கள்?

இளவரசே கடவுளின் தூதுவர்களான பிராமணர்களுக்கு அறுவடையில் ஒரு பகுதியை காணிக்கையாக கொடுத்துக்கொண்டிருக்கிறோம் என்றனர்.

பிராமணர்களை வரச்சொல்லுங்கள் என்றார் சித்தார்த்தர். வந்தார்கள்.

சித்தார்த்தர் கேட்டார், நீங்கள் யார்?

இந்த உலகை கடவுள் படைக்கும் போது இந்த உலகில் யாவற்றையும் மந்திரங்கள் யாகங்கள் மூலம் உலகைக் காப்பாற்ற எங்களைப் படைத்தார். எங்கள் மந்திரங்களுக்கு கடவுள் கட்டுப்பட்டவர். மந்திரங்கள் எங்களுக்கு கட்டுப்பட்டவை. எனவே கடவுள் எங்களுக்கு கட்டுப்பட்டபடியால் நாங்கள் எல்லா மனிதர்களை விடவும் உயர்ந்தவர்கள் என்றனர் பிராமணர்கள்.

சித்தார்த்தர் சிரித்தார். கடவுள் உலகத்தைப் படைத்தார் என்கிறீர்கள். உலகத்தைப் படைக்கும் முன் அவர் என்ன செய்து கொண்டிருந்தார்? திடீரென உலகைப் படைக்க வேண்டிய அவசியம் ஏன் அவருக்கு வந்தது? அவர் உலகத்தைப் படைத்து விட்டதோடு நில்லாமல் தன்னையே கட்டுப்படுத்தும் மத்திரத்தையும் அந்த மந்திரத்தைக் கட்டுப்படுத்தும் பிராமணர்களையும் படைத்து தன்னைத்தானே ஏன் கூண்டுக்குள் அடைத்துக்கொள்ள வேண்டும்? அவர் அவ்வளவு சிந்தனையில்லாதவரா? மேலும் விதைப்புக் காலத்தில் விதைக்கப்பட்ட விதை வளர்ந்து பலன் தர இவ்வளவு நாள் தேவைப்பட்டபோது ஒரே நாளில் ஒரே ஒரே பொழுதில் இவையெல்லாம் எப்படி படைக்கப்பட்டிருக்கும்? கடவுளையே

மத்திரத்தால் கட்டுப்படுத்தும் வல்லமையுடையவர்கள் நீங்கள் என்றால் உங்களுக்குத் தேவையான உணவை உங்கள் மத்திரத்தின் மூலம் வரவழைக்க முடியாதது ஏன் ? என்றார் சித்தார்த்தர்.

பிராமணர்கள் அங்கிருந்து நகர்ந்து சென்றனர். வயலில் நடந்த செய்தி மன்னர் சுத்தோதனரை சென்றடைந்தது. மன்னர் பிராமணர்களை தண்டிக்க என்னசெய்வது என்று சிந்தித்தார்.

சித்தார்த்தர் அங்கு வந்தார். வா சித்தார்த்தா உலகம் அனைவருக்கும் சொந்தமானது. இன்னும் சொல்லப்போனால் அனைத்து உயிர்களுக்கும் சொந்தமானது. அனைவரும் சமமானவர்கள். இதுவே நமக்கு முன் வாழ்ந்த நம் முன்னோர்களான இருபத்துமூவர்களான தீர்த்தங்கர்களான சமணர்கள் கண்ட அறம். ஆனால் இன்று மக்களை பிராமணர்கள் கடவுள் என்ற பெயரில் ஏற்றத்தாழ்வையும் நடைமுறைக்கு சற்றும் ஒவ்வாத இயற்கைக்குப் புறம்பான கீழ்மையான கருத்துகளையும் பெண்களை அடிமைகள் போலவும் அவர்கள் பரப்புரை செய்கிறார்கள். இது வரும் காலங்களில் அறத்திற்கு பெரும் அச்சுறுதலாக இருக்கும். அவற்றைத் தடுக்க மக்களிடையே அமைதியின் தேவையை ஒழுக்கத்தின் மேன்மையை கருணையின் முழுமையை கற்பிக்க நாடெங்கும் ஆரியர்களின் சமத்துவமற்ற கொள்கை மக்களிடம் பரவாமல் இருக்க துணிவும் புதுமையும் நிறைந்த வலிமையான மன்னர் இந்த நாட்டை ஆளுவது அவசியம். எனவே நீ மன்னனாக முடிசூட்டவேண்டும். நம் சாக்கிய குல முறைப்படி மன்னராக வேண்டுமென்றால் முதலில் நீ திருமணத்திற்கு இசைவு தரவேண்டும் என்றார் அரசர்.

சித்தார்த்தாருக்கு பல்வேறு சிந்தனைகள் ஓடியது. மக்களில் ஒருசிலர் தான் உட்பட சுகமாக வாழ ஒரு சிலரோ உணவே இன்றி சிரமப்படுகின்றனர். ஆரியர்கள் ஒருபுறம் கடவுளின் பெயரால் மக்களை ஏமாற்றுகின்றனர். மக்களிடையே ஏற்றத்தாழ்வுகளை கற்பிக்கின்றனர். மேலும் அதை மக்களும் ஏற்றுக்கொள்ளும்படியாக செய்கின்றனர். யாகங்கள் வேள்விகள் மூலம் ஏழை எளிய மக்களின் உணவுகளையும் ஒன்றுமறியா உயிர்களையும் தீயில் போட்டு அழிக்கின்றனர். இயற்கையான விதிகளுக்கு எதிரான

அறிவுக்குப் புறம்பான வேதங்களை மக்களிடம் திணிக்கின்றனர். அவர்கள் பெண்களை தீட்டு என்றும் தாழ்ந்த பிறவிகள் என்றும் நினைக்கின்றனர். அவர்களைத் தடுக்கவும் தான் மன்னராக முடிவுசெய்தார்.

திருமணமும் நடந்தது என்றாலும் தனக்கு முன்பான அரசர்கள் என்ன செய்தார்கள் தன் தந்தையைப்போல அரசாலும் அரசர்கள் என்ன செய்தார்கள்? ஆரியர்களை துரத்துவதாலோ ஆரியர்களை வெளியேற்றுவதாலோ இதை தடுத்துவிட முடியுமா என்ன சிந்தித்துக்கொண்டே காடுகளில் நடந்து சென்றார். இன்னும் மக்களில் சிலர் சிலரை அடிமைகளைப்போல நடத்துவதைக் கண்டார். அறமும் தர்மமும் நிறைந்து காணப்பட்ட மகாமாயி கோவிலில் ஆரியர்கள் யாகம் வளர்த்து பூஜை செய்து கொண்டிருந்தனர். அங்கே உணவுக்கூடமோ அறம் போதித்த அறச்சாலையோ இப்போது இல்லை. கடவுள் பற்றிய புராணக்கதையை மக்கள் வயல்வெளியெங்கும் பேசித் திரிந்தனர். வரும் வழியில் பிராமணப் பெண்ணொருத்தி உடன்கட்டை ஏற்றப்படுவதைக் கண்டார்.

இன்று ஆரியர்களிடம் காணப்படும் மோசமான அறிவியலுக்கும் சமத்துவத்திற்கும் எதிரான கொள்கைகள் மற்ற மக்களிடம் பரவினால் உலகம் எவ்வளவு மோசமானதாக மாறிவிடும்? இதைத் தடுக்க மன்னராக முடிசூட்டினால் மட்டும் முடியுமா? நிச்சயம் முடியாது. ஏனென்றால் இப்போது நாடெங்கும் இருக்கும் மன்னர்களால் இந்த விசம் பரவுவதை தடுக்க முடிந்ததா?

மேலும் இன்று மன்னனான ஒருவன் தன் அதிகாரத்தின் மூலம் தண்டனைகள் மூலம் தடுத்து நிறுத்தினாலும் நாளை அதிகாரத்திற்கு வருபவர்கள் அதே அதிகாரத்தின் மூலம் தண்டனைகள் மூலம் மக்களிடம் மூடநம்பிக்கைகளைக் கொண்டுசேர்த்தால் என்ன செய்வது?. மேலும் வன்முறையின் மூலம் கொடுக்கப்படும் திணிக்கப்படும் எதுவும் நீண்டநாள் நிலைக்காது. கருணை, அறம், ஒழுக்கம் என்பது அவரவர் சார்ந்தது. அதை ஒவ்வொரு மனிதனும் ஒவ்வொரு உயிரும் உயிரும் தனக்குள்

இருந்து பூரணத்துவத்தோடு உணர்ந்து வாழ்தல் வேண்டும். அதற்கு ஒரே வழி மக்களின் அறிவை மக்களின் தெளிவை அவர்களே கண்டடையும் மார்க்கத்தை உருவாக்குவதுதான். கோட்டைச் சுவர்கள் மூலமோ போர் யுத்தத்தின் மூலமோ தண்டனைகள் மூலமோ நன்மையானதை மனதுக்குள் கொண்டு செல்லமுடியாது. அதேபோல் தீமையானதை போர் யுத்தம் தண்டனைச் சட்டத்தின் மூலம் அதிகாரத்தின் மூலம் நீண்டநாட்கள் மக்கள் மனதில் சென்று சேராமல் தடுக்கமுடியாது.

வேறு எதுதான் வழி வேறு வழி உண்டா? உண்டு. உண்டு. அது நன்மை தீமை எது என்று அவர்களே உணர்ந்துகொள்ளும் அறிவை அவர்களுக்குள் இருந்து உணரவைப்பது எப்படி? இது முடியுமா? முடியும். அப்படியென்றால் நான் அரசனாக அதிகாரத்தின் செங்கோலை ஏந்தவா வேண்டும்.

வேண்டாம். அதற்கான வழியைத் தேடி ஓடவேண்டும். வழியைத் தேடிச்செல்வதே ஒரே முடிவு. அப்படியென்றால் யசோதா ராகுல் எப்படி அவர்களை விட்டுச்செல்வது? செல்லவேண்டுமே. யசோதரா மேன்மையானவள். சொன்னால் புரிந்துகொள்வாள். அவள் தந்தை போருக்குச் சென்றபோது தாய் வழியனுப்பியதைப் பார்த்திருப்பாள் அல்லவா. வணிகம் செய்ய தோழியின் கணவன் கடல்தாண்டி சென்ற செய்தியைக் கேள்விப்பட்டிருப்பாள். ஒற்றனின் மனைவி கணவன் எங்கு சென்றான் என்பதையறியாமலே காத்திருப்பதை கண்ணுற்றுப் பார்த்திருக்கிறாள் அல்லவா? அவளுக்குப் புரியும். அவள் மேன்மையானவள். புரிதல் கொண்டவள். அவள் ஆரியர்களால் வளர்க்கப்பட்ட பெண்களைப்போல் இருக்க வாய்ப்பில்லை. அவள் நம்மைப்போல் அதற்கு எதிரானவர்களால் வளர்க்கப்பட்டவள். ஆரியத்திற்கு எதிரான குடியில் நம்மைப்போலவே பிறந்தவள்.

யசோதா யசோதா எங்கு இருக்கிறாய்?

சொல்லுங்கள் என்ன என்ன தாங்கள் ஏன் இவ்வளவு பதட்டமாக வந்துள்ளீர்கள்?

ஒன்றுமில்லை யசோதா, நான் ஒன்றைச் சொல்ல விரும்புகிறேன்.

நீ ஏற்றுக்கொள்ளுவாயா யசோதா? அது உனக்கு நிச்சயம் கோபத்தையோ வெறுப்பையோ அதிர்ச்சியையோ ஏற்படுத்தாது என்றே நம்புகிறேன். நீ புரிதல் உடையவள் மேன்மை மிக்க சமண தீர்த்தங்கரர்களின் அறங்களை கற்றுத் தேர்ந்தவள்.

சரி சொல்லுங்கள்.

யசோதரா மனிதகுலத்திற்கே பேராபத்தான ஆரியர்களின் வேதங்களும் அவர்களின் வர்ணமுறைகளும் மக்களிடையே பரவுவதை நீ அறிவாயா?

அறிவேன். அவர்கள் அறிவுக்கும் இயற்கைக்கும் எதிரான கருத்தை சொல்லுகிறார்கள். பெண்களை இழிவாக எண்ணுகிறார்கள் இல்லாத கடவுள்களின் பெயரால் ஏமாற்று வேலை செய்கிறார்கள். அதைத் தடுக்கவேண்டும். அதை மக்கள் ஏற்கும் நிலையை உருவாக்கக்கூடாது. தீமையானதற்கு முன் நாம் உயரிய நன்மையானதை எடுத்துச் சொல்லவேண்டும். எதையும் அவர்களே புரிந்துகொண்டு வாழும் வாழ்க்கை முறையை கற்றுக்கொடுக்கவேண்டும்.

அதற்கான மார்க்கத்தை நான் கண்டடைய வேண்டும். அற்காக நான் தேடி தொலைதூரம் போக உள்ளேன். எங்கே எப்போது அனைத்து உயிர்களுக்குமான பேரன்பின் திறவுகோல் கிடைக்குமோ தெரியாது. நான் மன்னராக பெரியதாய் என்ன செய்யமுடியும்? அதிகாரத்தின் மூலம் திணிக்கப்படும் அதுவும் காலம் நிலைக்கவிட்டதில்லை. சட்டத்தின் மூலம் கொடுக்கப்படும் அறிவியலுக்கு புறம்பான எதுவும் காலநதியால் சுவடே இல்லாமல் சுத்தம் செய்யப்பட்டுவிடும். எனவே இயற்கையானதை அறிவான வழியை நான் உருவாக்கவேண்டும். இப்போது வரும் வேதயாகமங்களுக்கு மட்டுமல்ல, இனி அறிவியலற்ற எந்த சமயச் சடங்குகள் வந்தாலும் அதற்கு எதிராய் நின்று உண்மையை இயற்கையானதை சொல்லும்படியானதாக இருக்க வேண்டும் என்று சித்தார்த்தன் கூறி யசோதாவின் நெற்றியில் முத்தமிட்டான்.

நீங்கள் கண்டடையுங்கள். உலகின் உயரிய நெறியை அது காலத்தைப்போல எப்போதும் இயங்கக் கூடியதாக இருக்க

வேண்டும். உண்மையைப் போல எளிமையானதாக இருக்க வேண்டும். ஏனென்றால் உண்மைதான் எப்போதும் தன்னை மிகைப்படுத்திக் கொள்ள விரும்பாதது. உண்மைதான் தன்னைப் பற்றிய அலங்காரங்களை ஏற்றுக்கொள்ளாது. தாங்கள் கண்டறியும் வழி நேரத்தைப்போல பொழுதைப்போல அனைவருக்கும் பொதுவானதாக இருக்கவேண்டும். அது மனிதர்கள் என்பதைத் தாண்டி அனைத்து உயிருக்குமானதாக கருணையோடு இருக்கவேண்டும். அறிவியலைப்போல எல்லாக்காலத்திலும் ஏற்றுக்கொள்ளக் கூடியதாக இருக்க வேண்டும். எதையும் எப்போதும் மக்களே சிந்தித்து அவர்களே தேர்ந்தெடுக்கக் கூடியதாக இருப்பதே உங்கள் தொண்டாக இருக்க வேண்டும். நீங்கள் கடவுள் என்றோ கடவுளின் தூதுவன் என்றோ நம்பாதபடிக்கு இருக்கவேண்டும். நீங்கள் வழிகாட்டி என்கிற அளவானதாக இருக்கவேண்டும். வழியைச் சொல்லுவதே உங்கள் பணி. அதை மக்களே நன்மையானது எது தீமையானது எது என்று புரிந்து தேர்தெடுப்பதாக இருக்கவேண்டும். கண்மூடித்தனமாக பின்தொடர்வதாக இருந்துவிடக்கூடாது என்பதில் உறுதியாய் இருங்கள்.

நன்றி நன்றி. யசோதரா உன் வார்த்தைகள் மேன்மையானதாக முதிர்ச்சியானதாக இருக்கிறது.

நீ இவ்வளவு முதிர்ச்சியோடு இருப்பது ஆனந்தமாக உள்ளது. பெண்கள் கற்பதும் பெண்ணை முதன்மையாய் வைப்பதும்தான் நம் பண்பாடு. அதன் வழியில் வந்தவள் நீ என்பதை உறுதி செய்துவிட்டாய். ஆரியர்கள் சொல்லும் வேதமுறையைத் தடுக்க ஒவ்வொரு பெண்ணும் முன்வருவதே முதன்மையான வழி. நான் உன்னை விட்டு நெடுதூரம் போகலாம். தனிமை உன்னை நோகச்செய்யலாம். அந்தப் பாவம் என்னைத் தொடராதா யசோதா ?

இல்லை இல்லை. நீங்கள் நான் பலவீனமானவள் என்று எண்ணிவிட்டீர்களா...

.அப்படியல்ல யசோதா நீயில்லாத தனிமையை நீ குழந்தைப்பேறு காலத்தில் தாய்வீடு சென்றபோது உணர்ந்தேன். துடித்தேன். அதனால் கேட்டேன்.

ஆம், நம் வழக்கப்படி தாய்வீட்டிற்கு பேறுகாலத்தில் பெண்கள் செல்வது முறை. ஆனால் அந்தத் தனிமை உங்களை நோகச் செய்ததா?

நீ நம்மை மகிழ்விக்கப் போகும் பெருமையடையச் செய்யும் குழந்தையைப் பெற்றெடுக்க சென்றிருக்கிறாய் என்ற எண்ணமே இந்தத் தனிமையை பூரணமாக ஏற்க வைத்தது. இந்த நம்பிக்கையும் மகிழ்ச்சியுமே என் தனிமையான பொழுதுகளை பேரன்போடு கடக்க துணை நின்றது.

அதுபோலத்தான் நீங்க உலகையே மகிழ்ச்சியடையப் போகும் வழி நடத்தப் போகும் உண்மையின் நெறியை அனைத்து உயிர்களுக்குமான கருணையை கண்டறியப் போகிறீர்கள் என்ற ஒற்றை நம்பிக்கை போதாதா எனக்கு தனிமையை பேரின்பத்தோடு கடந்துசெல்ல. நான் பிரசவ காலத்தில் முழு கற்பவதியாக சென்று தாயாக குழந்தையோடு தாய்வீட்டில் இருந்து மீண்டும் உங்களை வந்தடைந்தது போல நீங்கள் வந்தடைவீர்கள். அப்போது உங்கள் கைகளில் உலக உயிர்கள் பேரின்ப அறத்தினைப் பெறுவதற்கான வழி ஒவ்வொரு மனிதர்களுக்கும் சென்று சேரும். உலகம் தனக்குத்தானே மெய்ஞானம் அடையும் வழியாக அந்த வருகை இருக்கும். காத்திருப்பேன் சித்தார்த்தா. போய் வாருங்கள்.

மெல்ல இறுக்கி அணைத்து யதோதாவை முத்தமிட்டான் சித்தார்த்தன். குழந்தையை கைகளில் ஏந்தி முத்தமுட்டு நடக்க ஆரம்பித்தான். யசோதா சொன்ன வார்த்தைகள் அவன் காதுகளில் கேட்டுக்கொண்டே இருந்தது.

போருக்குச் சென்ற தந்தையை தன் தாய் அனுப்பும்போது தான் கூட இருந்ததாகக் கூறினாள். வணிகத்திற்காக கடல் தாண்டிப்போன தன் தோழியின் கணவனைப் பற்றி தோழி சொல்லக் கேட்டதாக அவள் கூறியதும் தன் அரண்மனையில் ஒற்றாய் போனவனின் மனைவி பற்றியும் மருத்துவக் கல்வியை போதிக்க பக்கத்து நாட்டுக்கு தன் மூதாதையர்கள் பயணப்பட்டதை கேட்டதாகவும் அவள் கூறிய வார்த்தைகள் சித்தார்த்தின் காதுகளில் கேட்டுக்கொண்டே இருந்தது.

நடந்தான். நடந்தான். தேசங்களைக் கடந்து நடந்தான். சிந்தித்தான். மொழி, இனம் கடந்து பார்த்தான். ஊரென்றும் நாடென்றும் நன்செய் என்றும் காடென்றும் பிரிக்கப்படாத வானத்தை. மண் அவனிடம் பேசியது. தான் சகலஜீவராசிகளுக்கும் பொதுவென்று காற்று அவனிடம் பேசியது. மொழி, இனம், நாடு என்று பிரிக்கப்பட்டெல்லாம் எல்லார் மூச்சிலும் கலந்து இணைக்கின்ற கதையை.

வெயில் சித்தார்த்தன் உடலெங்கும் பரவிச் சொன்னது, என்னைப்போலவே பரிசுத்தமாய் இருப்பது நலம். யாராலும் கரைபடுத்த முடியாமல் மாசுபடுத்த முடியாமலும் அப்பழுக்கற்ற பரிபூரண பவித்திரமே நலமென்று வெயில் சொன்னது.

மூங்கில் சித்தார்த்தனுக்கு பிடித்த தாவரமானது. அதன் வளரும் இயல்பும், புயலுக்கு வளைந்து கொடுக்கவும் தென்றலுக்கு தாய்மடி தரவும் மூங்கில் கற்றிருந்ததே சித்தார்த்தனுக்கு பிடிக்க காரணம். வனம் பல்லுயிர்க் காப்பிற்கு அதைக் காப்பது அவசியமென்று அவனுக்கு புரிந்தது. நிகழ்காலம், கடந்தகாலம், எதிர்காலம் எல்லாம் அவரைவிட்டு நீங்காமல் தொடர்வதால் காலம் அவனின் ஆசிரியனானது.

காலம் எல்லாவற்றையும் தீர்மானிக்கிறது என்பதைப் புரிந்துகொண்ட முதல் மாணவன் சித்தார்த்தனாகவே இருந்தான். நடந்தான். கடந்தான். ஏதோ ஒன்று துரத்தியது. அது அவனை மெய்ஞானத்தைக் கண்டடைய தடையாய் இருந்தது. காலமும் காற்றும் காடும் சொல்லும் பாடத்தைக் கேட்கவிடாமல் அது தடுத்து அவனை தளர்வடையச்செய்தது. எது துரத்துவது? அதன் பெயர் பசி பசி பசி.

ஆம். பசி அவனின் அறிவுத்தேடலுக்கு முட்டுப் போட்டது. மயக்கம் கண்ணைக் கட்டிக்கொண்டு வந்தது. ஞானம், அறிவு, மெய் என்பதெல்லாம் தாண்டி உணவு அனைத்து உயிர்களுக்கும் அவசியமானது. அதைக் கொடுக்கும் கருணையே ஒவ்வொரு மனிதனுக்கும் வேண்டும். இந்த பூமி தனக்கானதோ மனிதர்களுக்கு மட்டுமானதோ அல்ல, சகல உயிர்களுக்குமானது என்பதை தனது பசி கற்றுக் கொடுத்ததுபோல

எல்லாருக்கும் கற்றுக் கொடுக்கவேண்டும் என்று சித்தார்த்தன் சிந்தித்துக்கொண்டிருப்போதே மயங்கி விழுந்தான்.

பூமி இருண்டது. கண்கள் தெரியவில்லை. தான் மீண்டும் பிழைப்போமா என்பது தெரியாது. அப்போது அவனுக்கு இரண்டாவது ஞானம் பிறந்தது. சொல்ல வந்ததை செய்ய வந்ததை ஜீவன் இருக்கும்போதே செய்வதே உத்தமம். மரணத்திற்குப் பின்பு மறுபிறப்போ சொர்க்கமோ இல்லை. தான் சொல்லியதும் செய்ததுமே தனக்குப் பின் எச்சமாக இருக்கும்.

தூரத்தில் நதி ஒன்று ஓடும் சத்தம் கேட்டது. எப்படியாவது தவழ்ந்தோ நடந்தோ ஊர்ந்தோ நதியைச் சென்றடையவேண்டும் என்று மயக்கத்திலும் அவனுக்குள் தோன்றியது. நதி நதி நதி அது காலத்தின் சாயல். அது யாருக்கும் தனித்துப் பிறக்கவில்லை. அனைத்து உயிருக்குமாய் பொதுவானது. காலத்தைப்போல இயங்குவது காலத்தினைப்போல தனக்கான பாதையை தானே தேர்ந்தெடுக்கிறது என்பதை மனதுக்குள் நினைத்துக்கொண்டான் மூன்றாம் ஞானம் பிறந்தது.

தாகம் தாகம். நாவறண்டது, தொண்டையடைத்தது. நீர் எவ்வளவு அவசியமானது என்ற எண்ணம் அவனுக்கு புரிந்தது. நீரே சகலத்திற்கும் ஆதாரம். நீரே அனைத்து உயிர்களுக்கும் முதற் தேவை. நீரைப்போல கீழே இறங்குவது எதுவும் இல்லை. நீரைப்போல உயரத்தைத் தொடுவது எதுவும் இல்லை. நீரே சகலத்தையும் மாற்றும் வல்லமையுடையது. நீரே அனைத்தையும் படைக்கும் வல்லமையானது. நீரே பரிணாமங்களில் மாறி மாறி வந்தாலும் மீண்டும் பழைய நலம் காணும் தனிச்சிறப்புடையது. மனதை நீரைப்போல் வைத்துக்கொண்ட போதும் பாதைகள் மாறும்போதும் நம்மை மீட்டுவருகிற வல்லமை கிடைக்கும்.

நீரைப்போல தவிர்க்க முடியாதபடி மாறுவதே மனிதன் எட்டவேண்டிய கடைசி நிலை. உணவை உருவாக்குவதோடு இல்லாமல் தானும் உணவாகும் நீர்போல மனிதன் தான் ஒழுக்கநெறியைப் போதிப்பவனாக மட்டுமல்லாமல் தன் வாழ்வே அதற்கு சான்றாக மாற்றுவதே ஞானத்தின் முதல் செயல். கசிவதும் மேடு பள்ளமான இடத்தில் ஊற்றப்பட்டாலும் சமமானதாய்

நிரம்பி நிறைப்பதுமே கற்றலின் கற்பித்தலின் முதற்படி. நீ என் முதல் ஆசான். நீரே என் பாடசாலை என்று மனதுக்குள் எண்ணிக்கொண்டான். நான்காவது ஞானம் பிறந்தது.

மெல்ல நினைவு அவனை விட்டு விலகியது. அவ்வளவுதான் அவன் என்று வனாந்திரமே பார்த்துக்கொண்டிருந்தது. சித்தார்த்தனின் முகத்தில் யாரோ நீர் தெளித்த சத்தம் வனத்தின் காதுகளில் கேட்டுக்கொண்டிருந்து. மெல்ல கண் விழித்தான். பெண் முகம் நல்ல புன்னகையோடு மெல்லிய குரலோடு அவள் பேசினாள்.

நீரை சித்தார்த்தின் வாயில் ஊற்றிக்கொண்டே, ஒன்றும் ஆகிவிடவில்லை. நீங்கள் நலமோடே உள்ளீர்கள்.

பெண் ஆம் அவள் பெண்தான். இப்போது சித்தார்த்தனை மீட்டு மீண்டும் எழச்செய்தவள் பெண்தான். தாய் மாயாவோ மனைவி யசோதவோ அன்னை கோதமியோ என்று பார்த்தான். அவர்களில் யார் இவள் யார் மூன்று பேருமேதான். ஆம். பெண் காலத்தின் கொடை. அவளுக்கு அவளே நிகரானவள். நீருக்கு இணை நீர் போல. பெண்ணுக்கு மாற்று எதுவும் இல்லை.

ஆகாயத்திற்கு மாற்றாய் எதைக் காட்டமுடியும்? பெண்ணைப் பெண்ணாக இருக்கவிட்டாலே போதும். சகலமும் நேர்த்தியாக நடக்கும் எல்லாம் அவளிடம் இருக்கிறபோது. ஆணென்று சொல்லிக்கொள்ளும் என்னால் எதைத் தரமுடியும்? அவளிடம் இல்லாததென்று எதுவுமில்லாதபோது ஒரு ஆண் கொடுக்கும் எதுவும் அவளுக்குப் புதிதில்லை. பெண் பிறந்ததில் இருந்தே கற்றுக்கொண்டே வளர்கிறாள். ஆதியில் அவளுக்கு அவள்தானே பிரசவம் பார்த்தாள். கற்பகாலத்தில் வேட்டையாடமுடியாத காலத்தில் அவள்தானே விதையில் இருந்து செடி முளைக்கும் இயற்கையை அறிந்து ஆதி விவசாயத்திற்கான முதல் வித்தை நடவு செய்தாள். குழந்தைகளை வளர்த்து இப்போது இயங்கிக்கொண்டிருக்கும் மனித இனம்வரை பரிசளித்து காத்து நிற்கின்றாள்.

என் வாயில் ஊற்றப்பட்ட நீரை மறுத்துவிட்டு நீரே இல்லாமல் வரும் காலங்களில் என்னால் வாழ்தல் எப்படி சாத்தியமில்லையோ

அப்படியே பெண்களே இல்லாமல் மனிதன் வாழ்வது எப்படி சாத்தியம்? நீரைப்போல பெண்ணும் தவிர்க்கமுடியாதவள் என்பதை உணர்ந்துகொண்டேன். இது என் ஐந்தாவது ஞானம் என்று சித்தார்த்தன் தனக்குள் பேசிக்கொண்டான்.

மெல்ல அமர்ந்து அவள் கொடுத்த உணவை சாப்பிட்டான். உணவிடுவதே முதற் தருமம். முடியாதவர்களுக்கு மருத்துவம் பார்ப்பது மற்றொரு கடமை. அதுவே ஒரு உயிர் இன்னொரு உயிருக்கு செய்யும் முதற் கருணை. அதன் பின்னே போதிக்கவேண்டும். நல்வழிகளை கற்பிக்கவேண்டும். ஆறாவது ஞானத்தைக் கண்டடைந்த பூரிப்பில் நன்றி தாயே என்றான்.

ஆம் தாய் என்றுதான் அழைத்தான். மகள் வயதுதான் இருக்கும். ஆம் தாய் என்பதே சரி என்றான். மனைவியைத் தவிர மற்ற அனைத்துப் பெண்களையும் தாய் என்பதே சரி அப்படி அழைப்பதே தீய எண்ணங்களை விட்டுவிட முதல்வழி. இது சித்தார்த்தனுக்கு ஏழாவது ஞானமானது.

அவள் பெயர் சுஜாதா என்பதை அறிந்துகொண்டான் அவள் விடைபெற்றாள். எல்லாம் துறந்துவிட முடிவெடுத்த பிறகு உயிர் வாழத் துடிப்பது துறவியாக நினைப்பவனுக்கு சரியா என்று அவனுக்குள் அவனே கேட்டான். தனக்காக வாழ ஆசைப்படுவதை துறந்து பிறருக்கு வாழ நினைப்பதே துறவியின் ஞானம். தான் வாழ்ந்து அனைத்து உயிரும் வாழும் அறத்தைக் கொடுக்க நினைப்பதும் எல்லோரும் உணவும் நீரும் தர நினைப்பதும் நற்சிந்தனையை மனதில் ஊட்ட நினைப்பதும் துறவியின் உயிர் வேண்டும் மருத்துவம் கல்வியும் சேவையாய் செய்ய உண்ணாநோன்பு இருந்து உயிர்விட்டால் எப்படிச்செய்யமுடியும்?

எனவே உயிர் வாழ உணவு வேண்டும். உணவை சேமித்து வைக்கும் பழக்கம் வந்துவிட்டால் நாளை பற்றிய கவலை வரும். பிள்ளைகளுக்கு தலைமுறைகளுக்கு என்று பதுக்கிவைக்கிற புத்தி வருமே? ஆம் வருமே என்ன செய்வது? உணவை விளைச்சல் செய்ய நிலம் தேடத் தோன்றுமே? விளைச்சலைப் பாதுகாக்க வீடு வேண்டும் என்ற எண்ணம் வருமே.

துறவிக்கு எதற்கு எல்லாம்.

என்ன செய்வது? நோன்பிருந்து சாதல் கற்ற கல்வியும் ஞானமும் நம்மோடு அழியும். அப்படியென்றால் வாழ்தல் அவசியம். இப்போது உணக்கு என்ன செய்தோம்? சுஜாதாவிடம் பெற்றுக்கொண்டோம். ஆம், அதுபோலவே பெற்றுக்கொள்ளவேண்டும். துறவியாக நினைப்பவன் தனக்கான உணவை பிச்சையின் மூலம் பெறவேண்டும். பிச்சையின் மூலம் பெறுவதால் தான், தனக்கு, நான், நானே என்ற எண்ணம் அழிந்து சுயநலமற்று வாழமுடியும். எட்டாவது ஞானம் கிடைத்துவிட்டது சித்தார்த்தனுக்கு.

நிரஞ்சனா நதிக்கரையில் இறங்கினால் நதி காலத்தைப்போல ஓடிக் கொண்டே இருப்பதே வாழ்தல். இயங்குவதே நதியின் தத்துவம். துளித்துளியாய் ஒன்று சேர்ந்து பெரும் சமுத்திரமாவதே நதியின் நோக்கம். ஈர உடலோடு கரையேறி வந்தான். வானத்தைப் பார்த்தான். காலம் ஓடிக்கொண்டிருந்தது. பொழுது மாறிக்கொண்டிருந்தது. காலம் யாருக்காகவும் காத்திருப்பதில்லை. காலம் பின்னோக்கி நகருவதில்லை. காலமே எல்லாவற்றையும் தீர்மானிக்கிறது. காலமே எல்லாவற்றிலும் நிறைந்திருக்கிறது. காலம் புதுமையானதாய் இருக்கிறது. காலமே பழமையானதும்கூட. காலம் படைக்கும், சிதைக்கும், பரிணாமிக்கும். காலத்தின் எல்லை என்று எதுவும் இல்லை என்பதையெல்லாம் சிந்தித்துக்கொண்டே அரசமரத்தில் அமர்ந்தான்.

மரம் எத்தனை புதுமையானது? காலத்திற்கு ஏற்ப பூக்கிறது. காய்க்கிறது. உலர்கிற காலத்திலே உலர்கிறது. ஆயிரம் ஆயிரம் விதைகளைத் தூவிவிடுகிறது. ஏற்ற காலம் வரை விதைக்குள் தவமிருக்கிறது. எல்லாம் சரிதான் என்றாலும் ஏதோ ஒரு தாகம் சித்தார்த்தனின் ஞானத்தைத் தடுத்தது. ஏதோ ஒன்று ஏதோ ஒன்று. அரசமரத்தின் அடியில் அமர்ந்து தேடிக்கொண்டிருந்தான்.

தூரத்தில் ஒரு குடியானவன் தன் நெற்கதிர்களை ஏற்றுக்கொண்டு எருதுகள் பூட்டிய வண்டியில் சென்றுகொண்டிருந்தான். பார்த்தான் சித்தார்த்தன். வருணத்தால், மொழியால், இனத்தால் நாடுகள் எல்லைகள் என்ற

பெயரால் ஏற்ற இறக்கத்தோடு பிரிந்து கிடக்கும் மனிதர்களை மட்டுமல்ல, இந்த பூமியில் அனைத்து உயிர்களும் வாழ்கிறது அவைகளுக்குமானதுதான் இந்த பூமி என்பதை எல்லோருக்கும் சொல்லும் ஞானத்தைக் கண்டடைந்தான் சித்தார்த்தன்.

ஆம், வண்டியின் சக்கரமே அவன் கண்ட ஞானம். சக்கரமே அவனை புத்தனாக்கியது. இனிமே தான் கண்ட ஞானத்தின் மொத்த வடிவமும் சக்கரமே குறியீடாகும். தன் வாழ்வில் சக்கரத்தைப் பற்றி பேசுவதையே எல்லாப் பொழுதுகளையும் கழிப்பதாக முடிவு செய்தான். ஆம் இப்போது புத்தனாகிவிட்டான். அவன் தேடிய ஞானம் நிரஞ்சனா நதியில் குளித்து அரசமரத்தடியில் அதிகாலைப்பொழுதில் கிடைத்துவிட்டது.

எங்கே கிடைத்தது? சக்கரத்தில் கிடைத்துவிட்டது. சக்கரத்தில்தான். சக்கரத்தில் அனைத்து ஆரங்களும் சமமானதாகவே இருக்கும். அதில் கூடியதென்றோ குறைந்தது என்றோ எதுவும் இல்லை. சக்கரத்தின் மையத்தில் இருந்து அதன் அளவு எல்லாப் பகுதிகளிலும் ஒன்று போன்றே அமைந்துள்ளது. சக்கரத்தில் மேல் பகுதி, கீழ் பகுதி என்று எதுவும் இல்லை. சக்கரத்தில் உயர்ந்த பகுதி, பள்ளமான பகுதி, நீளமான பகுதி, குட்டையான பகுதி என்று எதுவும் இல்லை. சக்கரத்தில் தொடக்கம், முடிவு எதுவும் இல்லை. சக்கரம் இயங்கும் ஆற்றல் கொண்டது. சுழற்சியைக் கொண்டதாக இருக்கிறது. தனக்கான எல்லையை ஆரங்களே முடிவு செய்ய அனுமதிக்கிறது. ஆனால் மையப்புள்ளியை எப்போதும் தன் கையில் வைத்திருக்கிறது. தன்னைப்போலவே இருக்கும் சக்கரத்தோடு இணைந்து ஓடத் தயங்குவதில்லை.

ஆதியில் இந்த சக்கரத்தைக் கொண்டுதான் மனிதன் தன் சுமைகளை இழுத்துச் சென்றான். தொழில் வளர்ந்தது. இடம் பெயர்ந்தான். பூமியின் எல்லைகளைக் கண்டடைந்தான். சக்கரத்தைக்கொண்டே பானைகள் செய்தான். பண்பாடு வளர்ந்தது. சக்கரத்தைக்கொண்டு பருத்தியைத் திருத்தினான் ஆடை வந்தது. சக்கரத்தைக் கொண்டே சகலத்தையும் மனிதம் மாற்றிக்கொண்டான். சக்கரமே சகலத்தையும் இயக்கியது.

சித்தார்த்தனை சக்கரம் புத்தனாக்கியது. சக்கரத்தின் ஒவ்வொரு ஆரமும் பூமியில் வாழும் உயிரினங்களாகத் தெரிந்தது. சக்கரம் இந்த பூமியாகத் தெரிந்தது. சகல உயிருக்கும் பொதுவாகவே பூமி சுற்றுவதைச் சொல்லிக்கொண்டே சக்கரம் சுற்றுவதுபோல் புத்தனான சித்தார்த்தனுக்கு தெரிந்தது. சக்கரம் காலத்தோடு ஓடுவதுபோல் அவனுக்குத் தோன்றியது.

ஆரங்கள் என்பது பல்லுயிர்கள். அதில் எதுவும் சிதையாமல் பார்ப்பதே கருணை. எந்த இனமும் அழியாமல் இயற்கையைக் காப்பதே தர்மம், கருணை. அப்போதுதான் மொத்த சக்கரமும் இயங்கமுடியும். அனைத்தும் சமமானதாக நினைக்கும் மனமே இயக்கும். காலத்தை கண்டடையும். இயக்குதலே அறம். கண்டடைந்தான் புத்தனான்.

சரி இந்த சக்கரத்திற்கு என்ன பெயர் வைக்கலாம்? சிந்தித்தான் தர்மச் சக்கரம். தர்மமே அனைத்து உயிர்களுக்குமான தேவை. அந்த தர்மத்தை இயக்கும் வழியே அறம். அறத்தின் வழியைக் கண்டடைய உதவும் வழிகாட்டியே கருணை. கருணையின் உதவியோடு அறத்தின் வழியில் தர்மம் என்ற சக்கரம் பயணித்து பேரின்பத்தை நோக்கிய பயணமே அனைத்து உயிர்களுக்குமான தேவை. இதையே என் மக்களுக்கு சொல்வேன்.

ஆம், இதுவரை காலச்சக்கரம் இந்த உலகத்தை இயக்கியது. இனி தம்மசக்கரம் இயக்கும். தம்மமே காலம். புத்தன் நடந்தான். உலக உயிர்கள் வாழ தான் கண்ட அறநெறியைச் சொல்ல அனைத்து மானுடர்களையும் தம்மசக்கரா பரிவர்த்தனா மானுடகுலத்தின் வரலாற்றில் ஓடத் தொடங்கியது. பவது சப்ப மங்கள் அனைத்து உயிர்களும் இன்புற்றிருப்பதாக..........

4. அசோகதசமி

பாடலிபுத்திரம்

கிமு மூன்றாம் மற்றும் இரண்டாம் நூற்றாண்டு. அசோக்கின் அம்மா மற்றும் அரண்மனை ஊழியர்கள் அனைவரும் பரபரப்பாக இயங்கிக்கொண்டிருந்தனர். மன்னர் பிந்துசாரர் இன்று இங்கே வருகைதர உள்ளார் என்பதுதான் மொத்த அரண்மனையின் பரபரப்புக்கும் காரணம். ஆனால் அந்த அரண்மனையில் அசோக் மட்டும் எந்த பரபரப்பும் இன்றி அமைதியாக இருந்தான். இன்னும் சொல்லப்போனால் வேண்டாவெறுப்பாக இருந்தான்.

தாய் சுபந்தரா மெல்ல அசோக்கின் அருகில் வந்து நின்று அசோக் ஏன் இப்படி இருக்கிறாய் தயாராகு. மக்கள் அனைவரும் நம் மன்னரின் வருகையை வரவேற்க மன்னரைக் கொண்டாட தயாராகிக்கொண்டிருக்கிறார்கள். நம் மன்னர் என்பதைத் தாண்டி அவர் உன் தந்தையும்தான். உன் தந்தையை வரவேற்று அவரைக் கொண்டாடுவது உன் கடமைகளில் ஒன்றல்லவா என்றாள் சுபத்ரா.

அசோக் தன் தோள்களில் இருந்த தாயின் கைகளை உதறிவிட்டு ஓடிவிட்டான். இது ஒன்றும் புதிதல்ல. அசோக்கிற்கு எப்போதும் அப்பாவை பெரியதாக பிடிக்காது. அப்பாவிற்கு இதுபோல் நான்கு அரண்மனைகள் உண்டு. அது மூன்றாவது அரண்மனை. மன்னருக்கு நான்கு மனைவிகள். பெரும்பாலும் முதல் மனைவி இருக்கும் அரண்மனையில்தான் இருப்பார். அனைத்து அதிகாரங்களும் நிறைந்த அரண்மனை அது. எப்போதாவது விழாக்கள் பண்டிகை நாட்களுக்கு மட்டுமே தன்னை அங்கே அழைத்துச் செல்வார் அப்பா. மற்றபடி அந்த அரண்மனையில் அசோக்கிற்கு பெரிய பழக்கவழக்கமில்லை. என்றோ ஒருநாள் அந்த அரண்மனைக்கு சென்றுவந்தாலும் அசோக் அந்த அரண்மனையின் செயல்பாடுகளை கூர்ந்து கவனித்திருக்கிறான்.

எப்போதும் மன்னரைச் சுற்றி பெரும் கூட்டம் இருந்துகொண்டே இருக்கும். மன்னர் வருகைக்காக அமைச்சரவை காத்துக்கொண்டிருக்கும். மன்னர் வந்ததும் மொத்த அவையும் எழுந்து நிற்கும். தன் செங்கோலைக் கையில் ஏந்தி அவர் சிம்மாசனத்தில் அமர்ந்து பேசுகிற கம்பீரம் உலகத்தில் யாருக்கும் வாய்த்திடாத கம்பீரம். அதைப் பார்த்துப் பார்த்து வியந்திருக்கிறான் ஒவ்வொரு போர் முடிவின் போது வெற்றிவிழா கொண்டாடப்படுவதை அசோக் நின்று கவனிக்கத் தவறுவதில்லை.

அப்பா நடந்து வர அரண்மனை வாசலில் யானை, குதிரைப் படைகள் வரவேற்க பெரிய ஆரவாரத்தோடு மதில்கள் மேல் வெற்றி முரசு கொட்ட வழி நெடுகும் மலர்தூவி பெண்கள் வரவேற்க மன்னர் பிந்துசாரர் நடந்துவரும் கம்பீரத்தோடு தன்னைப் பொருத்திப் பார்த்துக்கொள்வான் அசோக்.

தன் பெரிய அன்னையர்கள் முதலில் நின்று வரவேற்க தன் அன்னையும் அந்தக் கூட்டத்தில் நின்று வரவேற்பதை அவன் கவனித்திருந்தான். தன் அப்பாவின் கை அசைவிற்காக மொத்த நாடும் காத்திருப்பதை உணர்ந்தான். அவர் கொண்டுவரும் சட்டமே நாட்டின் வேதமாக இருந்தது. அவரின் கட்டளைகளுக்காக மொத்தப் படையும் காத்து நின்றது. அவர் போருக்குச் சென்றால் எதிர்நாட்டுப் படைகள் அஞ்சி அடிபணிவதைக் கண்டு அப்பாவைப்போல் தானும் மாவீரனாகவேண்டும், மாமன்னனாக வேண்டும் என்பதுதான் தன் எதிர்கால இலக்காகத் தீர்மானித்தான். அதற்காக அப்பாவின் போர் செய்யும் கம்பீரத்தைக் காண அடம் பிடித்து தன் அண்ணன்களோடு சென்று பாத்திருக்கிறான்.

யானையில் ஏறி ஈட்டியால் எதிரிகளை குத்திக் கொன்று இரத்தம் ஆறாக ஓட அதில் நடந்து சென்று வெற்றிமாலை சூட்டும் அப்பாவைப்போல் தானும் வர முடிவு செய்தான். அவர் போர்க்களத்தில் தன் படைகளை வழிநடத்தும் ஆற்றலைக் கண்டபிறகு அவன் அப்பாவைப்போல் அல்ல அதையும் தாண்டிய போர் வியூகங்களையும் முறைகளையும் நடைமுறைப்படுத்தி அப்பா கைப்பற்றிய தேசங்களைவிட அதிகமான தேசங்களை

கைப்பற்றி மொத்த உலகத்தையும் தன் வாளுக்கு அடிபணிய வைக்கவேண்டும் என்று முடிசெய்தான்.

அப்பாவை அவனளவுக்கு மற்ற பிள்ளைகள் யாரும் நேசித்திருக்கமாட்டார்கள். அந்தளவுக்கு அசோக் அப்பாவை நேசித்தான். அப்பாவைக் கொண்டாடாத நாட்களே இல்லை. எப்போது பார்த்தாலும் அம்மாவிடம் அப்பாவின் வீரம் பற்றியும் அவர் போர் செய்யும் அழகையும் அவரின் ஆளுமைத்திறனையும் கேட்டுக்கொண்டே இருப்பான். அம்மாவும் அவன் கேட்கும் கேள்விகளுக்கு பதில் சொல்லிக்கொண்டே இருப்பாள். ஆரம்பத்தில் அப்பாவின் வீரத்தைக் கேட்டுக்கொண்டே இருந்த அசோக்கிற்கு சுபத்திரா பதில் சொல்லிக்கொண்டே இருந்தாலும் இப்போது அவளுக்கு பயம் வர ஆரம்பித்தது. எப்போதும் போர், சண்டை, யுத்தம் என்றே மகன் பேசிக்கொண்டிருக்கிறான்.

அவனின் யுத்தம் பற்றிய கனவும் கற்பனையும் குறையவேண்டுமென்றால் அவனை தந்தையிடம் இருந்து பிரித்து வைப்பதே நலமென்று நினைத்தாள். பிரித்தே வைத்தாள். முன்புபோல் தந்தையிடம் அதிகம் பேச விடுவதில்லை. தந்தையின் போர்களை நேரில் சென்று பார்க்கும் வாய்ப்புகளும் இப்போது மறுக்கப்பட்டுவிட்டது.

சமணத்துறவிகள் மூலம் மருத்துவம் சார்ந்த படிப்பும் அமைதி போன்ற தியான வகுப்புகளும் நன்னெறி சார்ந்த கல்வியுமே அவனுக்கு போதிக்கப்படும்படி உறுதியாக சொல்லிவிட்டாள். அசோக்கிற்கு அரண்மனையில் இருப்பதே பிடிக்கவில்லை. எங்கேயாவது ஓடிவிடலாமா என்று கூட தோன்றியது.

அப்பாவும் முன்புபோல் இல்லை. எவ்வளவு நேரம் பேசிக்கொண்டிருப்பார்? இப்போது அம்மாவின் வேண்டுகோளை ஏற்று பெரியதாக பேசிக்கொள்ளுவதுகூட இல்லை. மேல் மாடத்தில் நிலவின் ஒளியில் தனக்கு அவர் அன்பளிப்பாய் கொடுத்த தாத்தாவின் வாளை அவன் பத்திரமாக வைத்திருந்தான். பேழையைத் திறந்து தாத்தாவின் வாளை கைகளில் எடுத்துப் பார்த்தான். என்ன ஒரு கம்பீரமான கலைநேர்த்தி. வாளைத் தடவிப் பார்த்தான். இந்த வாளைக்கொண்டுதானே தாத்தா

அதிகாரத்தை வென்றெடுத்தார். இந்த வாள்தானே வரலாற்றில் தன் தாத்தாவின் பெயரை எழுதியது. இந்த வாள் எத்தனை போர்களில் வெற்றியைத் தன் தாத்தாவிற்கு பரிசளித்திருக்கிறது. இந்த வாள் எத்தனை உயிர்களை அழித்து அடிபணிய வைத்து அதிகாரத்தைக் கொடுத்திருக்கிறது. அரசனின் போர்வாளே தேசத்தின் வரைபடத்தை வரையும். அரசனின் வாளே அவன் பெயரை வரலாற்றில் எழுதும்.

தாத்தாவின் வாளை எப்போதும் அப்பா யாருக்கும் கொடுத்ததில்லை. அப்பாவிடம் அதைப் பெற்றுவிடவேண்டுமென்று தன்னைவிட மூத்த சகோதரர்கள் எவ்வளவு முயற்சித்திருப்பார்கள்? அப்பா யாருக்கும் கொடுத்துவிடவில்லை. ஒரு முறை யுத்தகளத்திற்கு நான் பிடிவாதமாய் அவரோடு சென்றேன். அப்போது எனக்கு வயது பத்தோ பன்னிரெண்டோ இருக்கும். என்னைவிட மூத்த சகோதரர்களே போக அஞ்சியபோது என்னை வேண்டாமென்று தடுத்தபோதும் நான் சென்றேன். போர்க்ககத்திலே திறமையாக போரிட்டு தாத்தாவின் வாளைப் பரிசாகப் பெற்றுவிட வேண்டுமென்றல்ல, தாத்தாவின் வாளுக்கு இருக்கும் புகழைவிடவும் என் வாள் புகழ் மிக்கதாக மாற்றவேண்டும் என்பதற்காக. தாத்தாவின் வீரத்திற்கு இருக்கும் வரலாற்றை விட எனக்கான வரலாறு புகழ் மிக்கதாக இருக்கவேண்டும்.. தாத்தாவின் பெயர் எழுதப்பட்ட தேசங்களை விட என் பெயர் எழுதப்பட்ட தேசங்களே இந்த பூமியில் அதிகமாக இருக்கவேண்டும். எனக்கு யுத்த களத்தில் எதிரே இருக்கும் எதிர்நாட்டுப் படைகளோ எதிர்நாட்டு அரசர்களோ அல்ல, இறந்தும் எங்கும் பேசப்படும் மாவீரனான என் தாத்தாதான். அவர் பெயர்தான் அதை மறக்கவைக்கும் படியாக அவரைவிட நான் பெரிய மாவீரன் என்பதை உலக வரலாற்றில் என் பெயர் எழுதப்படவேண்டும் என்பதற்காக.. அவரை விடவும் யுத்தத்தில் வியூகம் வகுக்கும் மதிநுட்பம் என்னுடையது என்று இனிவரும் வரலாறு பேசவேண்டும்.

அவர் வெற்றி பெற்ற தேசங்களை விடவும் அதிக தேசங்களை வென்று நான் உலகின் சக்கரவர்த்தியாக வேண்டும். என் பேரே

உலக வரலாற்றில் மாவீரன் என்று எழுதப்படவேண்டும். நானே உலகை ஆண்ட ஒரே மாமன்னனாக இருக்கவேண்டும். என்னை மட்டுமே உலகமக்கள் தினமும் நினைக்கவேண்டும். என் பெயரே எதிகளை அச்சப்படுத்தும், அடிபணியவைக்கும் பெயராக இருக்கவேண்டும். நானே மாமன்னன் அழியாப் புகழ்பெற்ற மாமன்னன் என்று வரலாற்றில் எழுதவேண்டும் என்பதற்காகவே யுத்தகளத்திற்கு சென்றேன். யுத்தத்தை ரதத்தின் மீது நின்று வேடிக்கை பார்த்தேன் என் அப்பாவின் வாளினால் வெட்டப்பட்டு துடித்தவர்களின் கதறல் எனக்குப் பிடித்திருந்தது. எங்கள் படைவீரர்களின் ஈட்டியால் குத்தப்பட்டு துடித்து செத்துக்கொண்டிருப்பவர்களைப் பார்த்து மகிழ்ந்தேன்.

தேர்ச் சக்கரத்தில் நசுக்கப்பட்ட யானையால் மிதிக்கப்பட்ட வாள்களால் துண்டிக்கப்பட்ட தலைகள் எல்லாவற்றையும் என் தேரில் நின்று ரசித்தேன். இவ்வளவு யுத்தத்திற்கு நடுவிலும் அப்பா என் கண்களைப் பார்த்தார். அதில் ஒரு வெறி துளியும் அச்சமோ கருணையோ இல்லாமல் வெற்றி வெற்றி என்ற ஒன்றைப் பார்த்துவிடத் துடிக்கும் வெறியை அப்பா பார்த்தார். யுத்தத்தின் சத்தத்தையும் அலறல்களை மாலை நேரத்து மெல்லிசையை மேன்மாடத்தில் நின்று ரசிக்கும் மனதோடு நான் ரசிப்பதை அப்பா கவனிக்கத் தவறவில்லை. அப்பா என் தேரோட்டியை கைசைத்து அருகில் வரும்படி ஆணையிட்டார். கிட்டத்தட்ட எங்கள் படை வெற்றியை உறுதிசெய்தது.

என் ரதத்திற்கு அருகே அப்பாவின் ரதம். அப்பா கேட்டார் அசோக் வருகிறாயா என் ரதத்தில் என்னோடு வெற்றியைக் கொண்டாட வருகிறாயா என்றார்.

இல்லை இல்லை தந்தையே

ஏன் அசோக் இந்த யுத்தத்தின் மூலம் நான் கொடுமைகள் செய்பவனாக உனக்குத் தெரிகிறேனா? அதனால் என்னோடு வர அஞ்சுகிறாயா என்றார்.

இல்லை தந்தையே இந்த வெற்றி எனக்குப் பிடித்திருக்கிறது. எதிரிகளின் அலறலும் துடிக்கும் ஓசையும் ஆறாய் ஓடும் ரத்தமும் எனக்கு மிகவும் பிடித்திருக்கிறது.

பின் ஏன் என்னோடு வர மறுக்கிறாய்? இந்த வெற்றியைக் கொண்டாடுவதில் உனக்கு என்ன சிரமம்.

நான் தங்களோடு ரதத்தில் வந்தால் என் பெயர் எப்படி எல்லோருக்கும் தெரியும்? சூரிய வெளிச்சத்தில் அகல் விளக்கின் ஒளியை யாரும் போற்றமாட்டார்கள். நான் சூரியனைப்போல நடந்து வரவேண்டும். நானே சூரியனாக வரவேண்டும். எதிரிகள் என்னைப் பார்த்து அஞ்சவேண்டும். உங்களைப் பார்த்து அஞ்சுவது எப்படி எனக்குப் புகழாகும். உங்கள் வெற்றி எனக்கு எப்படி புகழைத் தேடித்தரும்? சூரியனின் ஒளியை இரவல் வாங்கி ஒளிரும் நிலவாக இருப்பதில் தனக்கு உடன்பாடில்லை. தாத்தாவின் வாள் இந்த பூமியின் எல்லையை அளந்த தூரத்தைவிட என் வாள் அளக்கும் தூரம் அதிகமாக இருக்கவேண்டும். என் தந்தை உங்கள் அதிகாரத்தின் எல்லையை விட என் அதிகாரத்தின் எல்லை உலக முழுவதும் பரவியிருக்க வேண்டும் தந்தையே என்று அசோக் பேசிமுடித்தான்.

சுத்திப் பார்த்தார் பிந்துசாரர். எங்கும் இரத்தம், போர், அழுகையின் குரல், எதற்கும் அஞ்சாதவனாக நின்ற தன் மகன் இவனே இவனே... இனி மௌரிய வம்சத்தைக் காக்க வந்தவன் இவனே. சந்திரகுப்தரின் நீட்சி என் உதிரத்தின் தொடர்ச்சி. மெய் மறந்து அரண்மனைக்கு வந்துசேர்ந்தார் பிந்துசாரர். இரவெல்லாம் தூக்கமில்லை அவருக்கு. அழைத்தார் அசோக்கை.

ஒரு சூரியனைப்போல காலை இருளை விலக்கி மின்னும் தங்கத்தின் வண்ணத்தோடு வந்து நின்றான் அசோக். அவன் கைகளைத் தொட்டுப்பார்த்தார். அதில் தன் தந்தை சந்திரகுப்தர் தெரிந்தார். ஆம் தனக்குப் பின்னால் இந்த தேசத்தை ஆள காலம் கண்டுபிடித்த மன்னன் இவன்தான். காலம் தனக்கான தலைவனைக் கண்டுபிடித்துவிட்டது. அவன் பெயர் அசோக். அசோக். அசோக் என்பதே அவன் பெயர்.

தன் தந்தையால் உருவாக்கப்பட்ட இந்தப் பேரரசை தன்னால் கட்டமைக்கப்பட்ட பேரரசை உலக முழுமையும் பரவச்செய்யும் பேராற்றல் கொண்டவன் இந்த அசோக் அவனே இந்த தேசத்தின் அரசன். முடிவு செய்துவிட்டார் என்றாலும் அச்சம் பேரச்சம்.

காரணம் அசோக் இளையவன். அவனின் மூத்த மகன்கள் உள்ளார்கள். முதல் மனைவிக்கும் வாரிசுகள் உண்டு. காலம் ஏற்றுக்கொண்டாலும் அரச மரபு ஏற்றுக்கொள்ளாது. அதையும் மீறி அசோக்கை அரசனாக்கினால் அவன் உடன்பிறந்தவர்களே அவனை அழிக்க அத்தனை சூழ்ச்சிகளையும் செய்வார்கள். அசோக் மாவீரனாக இருக்கலாம். யுத்தங்களை எதிர்கொள்ளும் வல்லமை அவனால் சூழ்ச்சிகளை எதிர்கொள்ளமுடியுமா? நிச்சயம் முடியாது. அவன் அழிக்கப்படலாம் கொல்லப்படலாம் வேறு என்ன செய்வது? இப்போதைக்கு எதுவும் செய்யாமல் இருப்பதே சரி. ஆம் அதுவே சரி.

அசோக் வா வா... நான் உனக்கு ஒரு பரிசளிக்க முடிவு செய்துள்ளேன். அது நிச்சயம் உன்னை திருப்திபடுத்தாது. எனென்றால் நீ அதைவிடப் பெரிய கனவுக்காக வாழ்ந்துகொண்டிருப்பவன்.

இருப்பினும் இதைப் பெறத் தகுதியானவன் நீ மட்டும்தான். இதோ உன் தாத்தா சந்திரகுப்த மௌரியரின் வாள். இதைக்கொண்டுதான் பலமும் பெரும் புகழும் இந்த பரதகண்டத்தில் மிகப்பெரிய பரந்துபட்ட அரசை உருவாக்கிய நந்தர்களை வீழ்த்தி உன் தாத்தா மௌரிய சாம்ராஜியத்தை கட்டமைத்தார். நந்தர்கள் படைபலம் உலகத்தில் எந்த அரசிடம் இல்லாத படைபலம். அவர்களைப் பற்றி தெரிந்துகொண்டதால் அலெக்சாண்டர் போன்ற பெரும்பலம்கொண்ட படையே போர் செய்யாமல் வந்தவழியே திரும்பிவிட்டார்கள். நந்தர்கள் புகழ் பாரததேசத்தின் கடைசி எல்லையான ஆசிய கண்டம் முழுவதும் படையெடுத்து பெரும் பகுதியைக் கட்டியாண்ட தமிழர்கள் கூட பாடிப் புகழ்த்திருக்கிறார்கள். நந்தர்கள் உலகின் மாபெரும் பலமிக்க சாம்ராஜ்யத்தை கட்டமைத்தவர்கள். அவர்கள் ஆரியர்கள் அல்ல, நம்மைப்போலவே இந்த மண்ணின் பூர்வமக்கள். அவர்களை ஆரியர்கள் அழிக்க திட்டம் தீட்டினார்கள். உன் தாத்தாவின் வீரம் அவர்களுக்கு தேவைப்பட்டது. தாத்தா வெற்றிபெற்று பரந்துபட்ட மௌரிய சாம்ராஜயத்தைக் கட்டமைத்தார்.

நந்தர்களைப்போல் தங்களின் தாய்வழியான பூர்வ சமண பௌத்தநெறியைக் காப்பாற்ற துணை நிற்காமல் அதை அழித்து

அவர்களின் ஆரிய நெறியான ஏற்றத்தாழ்வுகள் நிறைந்த சனாதன நெறியைப் பின்பற்றி அதை மக்களிடம் பரப்ப உன் தாத்தாவையும் கட்டளையிட்டார். உன் தாத்தா அதற்கு மறுத்துவிட்டார். நம் தாய் வாழ்வியல் முறையான சமணத்தைக் காக்கவும் சமணத்தை மீட்கவும் பத்திரபாகு, வச்சிரநந்தி போன்ற உயரிய துறவிகள் மூலம் சமணத்தைக் காக்க அரசைத் துறந்தார். பின்புதான் நான் அரசனானேன். ஆரியர்கள் மிகவும் ஆபத்தானவர்கள். நம்மைக்கொண்டே நம்மை அழிப்பார்கள். அவர்கள் ஒருபோதும் நேர்மையான வழியில் இருக்கமாட்டார்கள். அத்தனை சூழ்ச்சியையும் கையில் எடுப்பார்கள்.

நானும் உன் தாத்தாவைப்போல நம் பூர்வநெறியான சமணத்தையும் பௌத்தத்தையும் ஆதரிக்கிறேன். அவற்றைக் காப்பாற்றவும் அதற்காக ஆரியவேதமுறையை மக்களிடம் பரவச்செய்ய தடையாக உள்ளேன் என்பதால் என்னையும் இந்த மௌரியப் பேரரசையும் அழிக்கத் திட்டம் போடுவர். இனிமேலும் நம்மைப்போன்ற ஆரியர் அல்லாத பிற பூர்வமண்ணின் இனத்தை ஆளவைத்து அதன்மூலம் பின்நின்று அரசை கைப்பாவையாக்கி தங்கள் கனவுகளை நிறைவேற்றிக்கொள்ள முயற்சிக்கமாட்டார்கள். அதில் உன் தாத்தாவிடம் தோற்றுப்போனார்கள். எனவே இனிமேல் நேரடியாக அவர்கள் நாட்டையாள முடிவு செய்து அவர்களே அரசனாகி அவர்களின் ஆரிய வேத நெறி மக்களிடம் ஆதிகாரத்தைக்கொண்டு நடைமுறைப்படுத்த முயற்சிப்பார்கள். கிளச்சியை ஏற்படுத்துவார்கள். அரசைப்பற்றி அவதூறு பரப்புவார்கள். நம் உடன்பிறப்புகளுக்குள் போட்டியை உருவாக்கி அரசை பலவீனப்படுத்துவார்கள். எனவே அவர்களை யுத்தத்தின் மூலம் வென்றாகவேண்டும். நாம் தோற்றால் அது மௌரிய அரசின் தோல்வி மட்டுமல்ல, இந்த மண்ணில் உள்ள உயிர்கள் வாழ உன்னத உயரிய நெறியை அனைத்து மனிதகுலத்துக்குமான தர்மத்தை கருணையை அறத்தைச் சொன்ன சமணத்தின் தோல்வியாகிவிடும்.

எனவே யுத்தத்தை விரும்பு அவர்கள் செய்யும் அத்தனை கிளர்ச்சியையும் அடக்கு. போரின் மூலம் யாவற்றையும்

காப்பாற்றமுடியும். யுத்தத்தின் மூலமே வரலாற்றை மீட்கமுடியும். யுத்தமே எல்லாவற்றையும் தீர்மானிக்கிறது. யுத்தமே சகலத்தையும் மாற்றியமைக்கிறது. போர்களே தேசத்தின் வரைபடங்களை வரைகிறது. இந்த பூமிக்கு நிலையான வரைபடமென்பது இல்லை. எந்த தேசத்திற்கும் நிரந்தர எல்லைக்கோடு இல்லை. யுத்தங்கள் தீர்மானிக்கும். யுத்தங்களே அவ்வப்போது மாற்றியமைக்கும். நாம் யுத்தத்தை தேர்த்தெடுக்காதபோது யுத்தம் நம்மைத் தேர்ந்துவிடும்.

எனவே எப்போதும் யுத்தத்திற்கான ஆயத்தத்தோடு இருக்கவேண்டும். நாம் யுத்தம் வேண்டாம் என்று படைபலத்தை குறைத்துக்கொண்டால் நம்மிடம் பலமில்லை என்பதை தெரிந்த அடுத்த நொடியே நம்மை அழிக்க மற்ற நாடுகள் தயாராகிவிடும். அறத்தின் வழியை தேர்ந்தெடுத்தாலும் சரி, யுத்தத்தின் வழியைத் தேர்ந்தெடுத்தாலும் சரி உன் படைபலத்தை எப்போதும் குறைத்துக்கொள்ளாதே. யுத்தத்தின் மீதான ஆர்வத்தை குறைத்துக்கொள்ளாதே. போரிடு. நன்மையானதை காப்பாற்றவே போர்தான் தேவையானதாக இருக்கிறது.

இதோ உன் தாத்தாவின் வாள். நான் உன்னை அடுத்த அரியணை வாரிசாக அறிவித்தால் உன்னை அழிக்க உன் சகோதரர்களே தயங்கமாட்டார்கள். ஒருபுறம் சகோதர யுத்தம் மறுபுறம் ஆரியர்கள் நமக்கு எதிராக ஏற்படுத்தும் கிளர்ச்சி, சூழ்ச்சி.

இதில் இரண்டையும் நீ எதிர்கொண்டாக வேண்டும் சகோதர யுத்தம் என்பது நீதான் என் அரசியல் வாரிசு என்று நான் அறிவிக்கும்போது ஏற்படக்கூடிய ஒரு கலகம். நான் இப்போது எதையும் அறிவிக்கப் போவதில்லை. அதற்கான காலம் வரும்போது உன்னை அழைக்கிறேன். அதற்கு முன் இந்த மௌரிய சாம்ராஜ்யத்தை காப்பற்றவேண்டிய பொறுப்பு உன்னுடையது. மக்களிடம் செல். மக்களிடம் உண்டு, உறங்கு. மக்களிடம் கற்றுக்கொள். மக்களோடு மக்களாக இரு. அதுவே அரசனாகுவதற்கு முதல் தகுதி. மக்களைப் படிக்காமல் மக்களை நேசிக்கமால் மக்களிடம் பேசாமல் வந்த ஒருவனின் தலைமை மக்களுக்கு ஒருபோதும் பயனுள்ளதாக இருக்காது. மக்களிடம் சென்று மக்களோடு பேசி மக்களிடத்தில்தான் அன்பை,

தர்மத்தை, கருணையை, பல்லுயிர் நேயத்தை சமணர்களும் புத்தரும் மக்களுக்கு எடுத்துக்கூறினர். ஒரு சித்தாந்தம் அல்லது கருத்தோ மக்களிடம் சென்று சேர இரண்டு வழிகள் உண்டு. ஒன்று கீழிருந்து மேலெழும்புவது. மற்றொன்று மேலிருந்து கீழே கசிவது. மக்களிடம் நன்மை தீமையைப் புரியவைத்து அவர்களே தேர்வு செய்கிற உரிமை கொடுப்பது ஒருவழி. அதைத்தான் சமணத்தீர்த்தங்கரர்களும் புத்தரும் செய்தார்கள்.

மற்றொரு வழி அதிகாரத்தை சூழ்ச்சியின் மூலமோ போரின் மூலமோ கைப்பற்றி அதிகாரம் கொண்டு மக்களிடம் தங்கள் சித்தாந்தங்களைப் பின்பற்ற கட்டாயப்படுத்துவது. இதைத்தான் ஆரியர்கள் செய்கிறார்கள். ஏனென்றால் ஆரியர்களிடம் மக்களே தேர்த்தெடுக்கும் படியான எந்த உயரிய நேர்மையான சித்தாந்தமும் இல்லை. அது ஏற்றத்தாழ்வுகளும் பெண்ணடிமைத்தனமும் மூடநம்பிக்கையும் உழைப்புச்சுரண்டலும் கொண்ட அயோக்கிய வழி. அதனால் அவர்கள் அதிகாரத்தின் சட்டத்தைக்கொண்டு அவர்கள் சித்தாந்தங்களை பரப்ப முயற்சிக்கிறார்கள்.

என்வே அவர்கள் மக்களிடம் பரப்பும் வதந்தியையும் மக்களின் மத்தியில் அவர்கள் செய்யும் சூழ்ச்சியையும் அரசுக்கு எதிராக ஆரியர்கள் உருவாக்கும் போர்த் தந்திரங்களையும் தெரிந்துகொண்டு அதனை அடக்கி அழித்துவிட்டு வரவேண்டும். அப்படி அழித்துவிட்டு வருகிறபோது இன்று உன்னிடம் நான் சொன்னதுபோல் அரசியல் வாரிசாக உன்னை மக்கள் மத்தியில் அறிவிப்பேன் என்று பிந்துசாரர் கூறினார்.

அசோக் தாத்தாவின் வாளை யாரும் பார்க்காதபடிக்கு மறைத்துக்கொண்டு தன் அன்னை இருக்கும் அரண்மனையை வந்தடைந்தான். அங்கே தூக்கமின்றி உலவிக்கொண்டிருந்தான். பொழுது விடியும் நேரம் வந்தது. அம்மா வந்தாள்.

அசோக் அசோக் எப்போது வந்தாய்? உன் தந்தை நலமாக உள்ளாரா? ஏதேனும் செய்தி சொல்லி அனுப்பினாரா? என்ன ஒரே ஆழ்ந்த சிந்தனையில் இருக்கிறாய்? இரவு நன்றாகத் தூங்கவில்லையா? என்று அன்னை கேட்ட கேள்விகளுக்கு எதுவும்

பதில் சொல்லவில்லை. அமைதியாகவே நின்றான் அசோக்.

சரி அசோக் நீ சென்று நீராடிவிட்டு வா. இன்னும் சற்று நேரத்தில் நம் சமண ஆசான்கள் வந்துவிடுவார்கள். உனக்குக் கல்வியும் அறநெறியும் யுத்தத்தை விரும்பாத அமைதியான வழியையும் கற்றுக்கொடுக்க ஏற்பாடு செய்துள்ளேன்.

அசோக் கோபமாக இதை யாரைக் கேட்டு ஏற்பாடு செய்தீர்கள் என்றான்.

ஏன் யாரைக் கேட்கவேண்டும்? நான் உன் அன்னை. இந்த மௌரிய சாம்ராஜ்ஜியத்தின் பட்டத்து இளவரசிகளில் ஒருத்தி. நான் எடுக்கும் முடிவுக்கு யாரிடம் கேட்கவேண்டும்?

நான் துறவியாக வேண்டும் என்பதுதான் உங்களின் விருப்பமா? அன்னையே, எப்படி உங்களால் இப்படி சிந்திக்கமுடிகிறது? ஒவ்வொரு அன்னையும் தங்கள் பிள்ளைகளுக்கு திருமணம் செய்து வைத்து அவர்களின் குழந்தைகளைக் கொஞ்சிட விருப்பப்படுகிறபோது நீங்கள் ஏன் என்னை துறவியாக்க விரும்புகிறீர்கள்.

இல்லை அசோக் சமணம் என்பது துறவிகளுக்கானதல்ல. அது நம் முன்னோர்கள் கண்ட உயரிய நெறி. இல்வாழ்க்கை அனைத்து உயிர்களுக்கும் பயன்படும்படியாக வாழ அவர்கள் கண்டு சொன்ன உன்னத வாழ்க்கை முறை. யுத்தத்திலும் பேராசையிலும் மனிதகுலம் சண்டையிட்டுக்கொண்டு இயற்கை மீதும் சக மனிதர்கள் மீதும் அக்கறையும் பொறுப்பும் அன்பும் இல்லாமல் போனபோது மொத்த மனிதகுலத்தையும் நல்வழிப்படுத்தி மீட்டு அனைத்து உயிர்கள் மீதும் நேயத்தை கருணையை உருவாக்க நம் முன்னோர்கள் வழி தேடினர். அப்போது மக்களிடம் சென்று தெரிந்துகொள்ளவும் தனிமையில் அதுகுறித்து சிந்தித்து தீர்வு காணவும் அவர்கள் குடும்பத்தைவிட்டு துறந்து வெகுநாட்கள் வாழவேண்டிய நிலை. அவர்கள் யாவற்றையும் துறந்து சிரமங்களைச் சந்தித்து அறத்திற்கான வழியை தர்மத்திற்கான வழியை எல்லா உயிர்களும் வாழ்வதற்கான வழியை மனிதகுலம் அறத்தோடு பொருளீட்டி அன்போடு வாழ்ந்து இன்பமாக

வீடுபேறடைய கண்டு சொன்ன வழியே சமணம். அவர்கள் துறவியானதே மனிதகுலம் இல்லறத்தில் இன்பமாக வாழவேண்டும் என்பதற்குத்தான்.

சமணம் என்பது துறவிகளுக்கானது என்பது முட்டாள்தனமான வாதம். சமணம் என்பது இல்லறத்தில் நல்லறம் காண கண்டடையப்பட்ட வழி. இருபத்திமூன்று தீர்த்தங்கரர்களும் அதனைத் தொடர்ந்து வந்த மகாவீரரும் புத்தரும் தங்களைத் துறந்து தேடிக் கண்டடைந்த ஞானம் என்பது இல்லறத்தில் எல்லோரும் இன்புற்றிருப்பதற்கான வழிதானே தவிர அது எல்லோரையும் துறவியாக்கும் வழியல்ல. இதை நன்றாகப் புரிந்துகொள் அசோக். நாளை நம் அரண்மனைக்கு சமண அறவாழி அந்தணர்கள் வருவார்கள். அவர்களிடம் அறத்தை, தர்மத்தை, கருணையை அனைத்து உயிர்கள் மீதான கருணையைக் கற்றுக்கொள். அவர்கள் உனக்கு சில ஆண்டுகள் கல்வி கற்றுத் தருவார்கள். அவர்களிடம் கற்றப் பிறகு உன் தாத்தா சந்திரகுப்தரின் வழியில் உலகெங்கும் அமைதியை பிற உயிர்கள் மீதான பேரன்பை பரப்பும் புனிதப் பயணத்தை செய்யவேண்டும். அதுவே இந்த அன்னையின் விருப்பம்.. தேவைப்படும் வயதில் திருமணம் செய்து வைக்கிறேன். இல்லத்தில் இருந்துகொண்டு அனைத்து உயிர்களுக்குமான ஓர் உயரிய வாழ்வை நீ வாழவேண்டும். அதுவே உனக்கும் உன் தாத்தாவைப் போன்ற புகழைப் பெற்றுத்தரும். நாட்டை ஆளவும் அதிகாரத்தைக் காப்பாற்றவும் மற்ற சகோதரர்கள் இருக்கிறார்கள். போ போ போய் ஓய்வெடு. நாளை காலை சந்திப்போம் என்று அன்னை கூறிவிட்டு நகர்ந்தாள்.

இரவெல்லாம் ஒரே குழப்பம் அசோக்கிற்கு. என்ன செய்வது சமணத்துறவிகளிடம் பாடம் படிப்பதா ? நினைக்கவே அச்சமாக இருந்தது. சிறுவயது தொட்டு நினைவு தெரிந்த நாட்களில் இருந்து யுத்தத்தை மட்டுமே விரும்பியிருக்கிறான். இவனின் வாள்வீச்சு கற்றுக்கொண்ட ஆர்வத்தைப் பார்த்து அத்தனை பேரும் வியந்த காலம் உண்டு. கொழுத்த ஆட்டுக்கிடாயோடு இவன் நேருக்கு நேர் மோதி ஆட்டுக்கெடாயைத் தோற்கடித்திருக்கிறான். அதற்கு அடுத்த காலங்களில் இவன் வாளின்றியே வேட்டைக்குச் சென்று புலியோடு மோதி சண்டையிட்டு அதை அஞ்சி

ஓடவைத்திருக்கிறான். ஊரின் எல்லையில் உள்ள வயல்களுக்குள் புகுந்த பாதம்பிளந்த முதிர்ந்து கொழுத்த பன்றிக்கூட்டத்தை விரட்டியடித்திருக்கிறான். அப்பாவோடு போர்க்களத்திற்கு சென்று யுத்தத்தையும் அதன் இரத்தநெடியையும் நின்று ரசித்திருக்கிறான்.

போர்களத்தில் வெட்டி வீழ்த்தப்பட்ட தலைகளை துளியும் அச்சமோ அருவருப்போ இன்றி எட்டி உதைத்திருக்கிறான். இப்படிப்பட்டவன் சமண முனிவர்களிடம் பாடம் படிப்பது எவ்வளவு வேடிக்கையானது. அசோக் மூளைக்குள் ஏதேதோ கேள்விகள் ஏதேதோ பதில்கள் ஓடிக்கொண்டே இருந்தன.

தந்தை தனக்குக் கொடுத்த கட்டளையான மக்களோடு பழகி மௌரிய அரசுக்கு எதிரான கிளர்ச்சியைத் தூண்டிவிடும் ஆரிய பிராமணர்களைக் கண்டறிந்து அழித்து மௌரிய அரசைக் காப்பாற்றி காலமும் நேரமும் வரும்போது அரசனாக முடி சூடிக்கொள்வது. அல்லது அன்னை சொன்னது போல் தாத்தாவின் வழியில் சமண அறத்தை கற்று சமண அறத்தை அமைதியை நாடெங்கும் பரப்பும் ஒரு இல்லறவாசியாகவோ அல்லது துறவியாகவோ வாழ்வது எதை தேர்ந்தெடுப்பது? எந்த வழியில் பயணிப்பது? எது என் எதிர்காலம்?

பேரரசன் அசோக்கா மகாஞானி அசோக்கா எது நான்? எதற்காக நான்? தாத்தா சமணத்தின் அகிம்சையை கடைசிகாலத்தில் பரப்ப நினைத்தார். மக்கள் ஏற்றார்களா? இல்லை, இல்லை. அன்போ அமைதியோ மக்களிடம் பெரிய தாக்கத்தை ஏற்படுத்தாது. யுத்தத்தின் மூலமும் அதிகாரத்தின், சட்டத்தின் மூலமே நாட்டை அமைதியாக வைத்துக்கொள்ளமுடியும். தாத்தா சொன்ன அகிம்சா வழியை ஏன் அப்பா பின்பற்றவில்லை. ஒருவேளை அப்பா அகிம்சா வழியை தேர்ந்தெடுத்திருந்தால் மௌரியப் பேரரசு என்றோ அழிக்கப்பட்டிருக்கும். நம் நாட்டுப் பெண்கள் அழிக்கப்பட்டிருப்பார்கள். யுத்தமே உலகத்தில் நம்மைக் காப்பாற்றிக்கொள்ளும் கேடயம்.

வேட்டையாடுதலை விரும்பாத மான்கள் வேட்டையாடப்படுகிறது வேட்டையை விரும்பும் சிங்கங்களாலும்

புலிகளாலும் ஓநாய்களாலும். எனவே யுத்தத்தின் வழியே மௌரியப் பேரரசின் புகழை இந்த பூமியில் நிலைத்திருக்கச் செய்யமுடியும். நாம் எவ்வளவு தேசங்களை வென்றோம் என்பதே நம் அடையாளம். தாத்தாவின் அகிம்சா வழியைவிட தாத்தா செய்த யுத்தமும் அவர் தன் எல்லைகளை விரிவுபடுத்திய போருமே வரலாற்றில் சொல்லப்பட்டும் எழுதப்பட்டும் வருகிறது.

ஆம் யுத்தமே உலகின் சிறந்த வழி. முடிவெடுத்தான் அசோக். தன் தாத்தாவின் வாளை எடுத்துக்கொண்டு அரண்மனையை விட்டு வெளியேறினான். இப்போது அவன் உடலில் மௌரிய இளவரசன் என்பதற்கான எந்த அடையாளமும் இல்லை. ஆபரணங்கள், நகைகள் எல்லாவற்றையும் கலைத்துவிட்டு எளிய உடையை உடுத்துக்கொண்டு கிளர்ச்சிக்கு எதிரான யுத்தத்திற்கு சென்றான். அவன் உடலில் இளவரசனுக்கான ஆடை அலங்காரங்கள் நீக்கப்பட்டதே தவிர அவன் மனதில் இனி நானே மௌரிய சாம்ராஜத்தின் வருங்காலப் பேரரசன் என்ற எண்ணம் கம்பீரமாக ஏறி அமர்ந்துகொண்டது. காடு, மலைகள், நகரத்து வீதிகள், ஊர் எல்லைப்புறம் எல்லா இடங்களிலும் மக்களோடு மக்களாக சுற்றித்திரிந்தான். அவனை யாரும் அடையாளம் கண்டறியமுடியாது. ஏனென்றால் பெரும்பாலும் அரண்மனையை விட்டு நகரத்தையோ மக்களையோ பார்க்க வந்தவனில்லை. யுத்தத்திற்கான பயிற்சிக்கு செல்வது யுத்தத்தை கண்டு ரசிக்க போர்க்களம் செல்லுவது இரண்டு மட்டுமே அவன் வேலையாக இருந்தது.

கிடைத்ததை உண்டான். கிடைத்த இடத்தில் படுத்துக்கொண்டான் அவனுக்கு அவனுடைய நிழலும் அவனின் குதிரையும் மட்டுமே எப்போதும் துணையாக வந்துகொண்டிருந்தது. ஒருநாள் கூட்டம் நிறைந்த சந்தையில் தன் குதிரையை திருட முயன்றவனோடு அவன் சட்டையிட்ட வீரத்தைக் கண்டவர்களில் ஒருவன் அருகே வந்து கேட்டான்.

நீ யார் ? உன்னைப் பார்த்ததே இல்லையே. நான் மௌரியப் பேரரசின் படையில் பணிபுரிந்த கடைநிலைப் போர்வீரன்

..அப்படியா பின் ஏன் இங்கே சுற்றிக்கொண்டு திரிகிறாய்....

போருக்கு செல்வதற்கு விருப்பமில்லை. அதனால் படையில் இருந்து தப்பிவந்துவிட்டேன்

....ஒரு போர்வீரன் போருக்குச் செல்வதை விரும்பாமல் தப்பி வருவது வீரமாகுமா என்று அவன் கேட்டான்.

என் தந்தையும் மௌரியப் படையில் கடைநிலை படைவீரராக இருந்தார். கடைசியாக நடந்த யுத்தத்தில் காயங்களோடு உயிர் தப்பினார். அவரைக் காப்பாற்றவும் குடும்பப் பொருளாதார நிலையை மீட்கவும் இந்த மௌரிய அரசு எதுவும் செய்யவில்லை. நாளை எனக்கு ஒன்றென்றாலும் இதே நிலைதான் என்பதை சிந்தித்துப் பார்த்து படையைவிட்டு வெளியேறிவிட்டேன். ஏதாவது வேலை செய்யலாம் என்றால் போர் செய்வதைத் தவிர வேறு எதுவும் தெரியாது. அதனால்தான் சுற்றித் திரிகிறேன் என்றான் அசோக்.

சரி மேற்கே மலைப்பகுதியில் அரசுக்கு எதிராக ஒரு படை உருவாகியுள்ளது. அது நிச்சயம் உனக்கு உதவும். நீ அங்கே சென்று பார் என்று ஆலோசனை சொன்னான் அவன்.

இதை எப்படி நம்புவது? நீங்கள் யார்? என்று அசோக் கேட்டான்.

நான் ஒரு பிராமின சமூகத்தைச் சேர்ந்தவன். என்னால் போருக்கு என்று இன்று நடக்கும் மௌரிய அரசை அழிக்க என்னால் முடியாத உடலமைப்பைக் கொண்டுள்ளவன். எனவே உன் போன்ற பலசாலிகளைக் கண்டறிந்து அவர்களை அனுப்பிவைக்கும் பணியைச் செய்து வருகிறேன். இன்னும் சில காலத்தில் நகரெங்கும் கிளச்சியை ஏற்படுத்தி மௌரிய அரசை வீழ்த்தி எல்லோரும் சுபிட்சமான வேதவேள்விகளை வளர்க்கக்கூடிய வைதிக பிராமண அரசு அமையும். நிச்சயம் உன் போன்ற வீரமும் துணிச்சலும் மிக்க வீரர்கள் அப்போது கொண்டாடப்படுவார்கள். அவர்களின் குடும்பத்திற்கும் அவர்களுக்கும் பொன்னும் பொருளும் அள்ளிக் கொடுக்கப்படும். என்னை நம்பு. நீ இந்த முறை செய்வது உனக்காக. இவ்வளவு காலம் நாட்டிற்காக மக்களுக்காக போர் செய்கிறேன் என்ற

பெயரில் எல்லாவற்றையும் இழந்தாய். இளமையை இழந்தாய். இன்பத்தை இழந்தாய். ஆனால் இந்த முறை மௌரியத்திற்கு எதிராக நீ செய்யும் போர் உனக்கான போர். உன்னை வளமானதாக்கச் செய்யும் போர். சிந்திப்பதற்கு நேரம் இல்லை. உடனே சென்று கீழ்மலைத்தொடரில் உள்ள படையில் உன்னை இணைத்துக்கொள். என் பெயரைச்சொல். நான் அனுப்பினேன் என்று சொல். சேர்த்துக்கொள்வார்கள்.

அசோகன் உள்ளுக்குள் கோபத்தை கட்டுப்படுத்திக்கொண்டே ஐயா தாங்களும் என்னோடு வருகை தர வேண்டுகிறேன் என்றான்.

சரி வா நானே நேரில் அழைத்துச் செல்கிறேன் என்று அழைத்துக்கொண்டு சென்றான் அந்த பிராமணன். மலையின் அடிவாரத்தை நெருங்கி வந்துவிட்டனர். அசோகருக்கு ஒரு சித்தனை தோன்றியது. இவன் உயிரோடு இருந்தால் இளைஞர்களிடம் பேசிப் பேசியே அவர்களை நாட்டுக்கும் அரசுக்கும் எதிராக திசை திருப்பிவிடுவான். இவனை முதலில் கொன்றுவிடுவதே முறை என்று எண்ணினான்.

அந்த பிராமணன் இதோ இந்த அடிவாரத்தைக் கடந்து மேலே செல். அங்கே கிளர்ச்சிக்காரரர்கள் இருப்பார்கள் என்றான்.

சிலர் வந்தார்கள். அந்த பிரமாணனை தாங்கள் வைத்திருந்த மரக்கட்டையால் செய்திருந்த நாற்காலியில் அமரவைத்து நான்குபேர் தோள்களில் தூக்கி மலையில் ஏறத்தொடங்கினர் அசோக்கை பின்தொடரச் சொன்னனர். அசோக் தன் தாத்தாவின் வாளைத் தொட்டுப் பார்த்தான் எத்தனை நாள் காத்திருப்பு இது. யுத்தத்தில் வேடிக்கை பார்த்துக் கொண்டிருக்கும்போது வெட்டப்படுகின்ற தலைகளைப் பார்த்து ரசித்திருக்கிறானே தவிற இவன் இதுவரை யாரையும் வெட்டிச் சாய்த்ததில்லை. தன் தந்தையிடம் அனுமதி கேட்டு போரில் தோற்றுப்போன அரசன் ஒருவனை தன் கையால் வெட்டட்டுமா என்றபோது பிந்துசாரர் மறுத்துவிட்டார்.

இதுநாள் வரை அவன் கற்ற போர்ப் பயிற்சியை பயன்படுத்துகிற வாய்ப்பை தந்தை கொடுக்கவேயில்லை அவனுக்கு. இன்று

பெரும் வாய்ப்பு அமைந்திருக்கிறது. அந்தப் பெரும் மகிழ்ச்சியும் எதிர்பார்ப்பும் கூடிக்கொண்டே போக வாளை இறுகப்பற்றிப் பிடித்துக்கொண்டே நடந்தான். எதிரிகள் எத்தனை பேர்? எதிரிகள் எவ்வளவு வலிமையானவர்கள் என்பது பற்றியெல்லாம் யூகிக்கவில்லை. காட்டாறு செல்லும் போது பாதையைப் பற்றியா சிந்திக்கும்? போகும் பாதை சமவெளியா? காட்டுப்பாதையா என்றா எண்ணும்? யாவற்றையும் அடித்து அப்புறப்படுத்தி ஆர்ப்பரித்து செல்லுமல்லவா அத்தகைய காட்டாறு போலவே அசோக்கின் மனம் இப்போது இருந்தது.

பெரும்பாறை ஒன்றைக் கடந்த பின் அங்கே இருபதுக்கும் மேற்பட்டோர் தங்கள் ஆயுதங்களை கூர் தீட்டிக்கொண்டும் நெருப்புமூட்டி உணவு சமைத்துக் கொண்டும் சண்டைப்பயிற்சி செய்து கொண்டும் இருந்தனர். பிராமணன் வருகையைக் கண்டு ஒன்று கூடி அருகில் வந்தனர்.

பிராமணன் பேசினான். வீரர்களே, மக்களின் நிம்மதியைக் கெடுக்கும்படியாக அவர்களின் உடைமைகளைத் திருடுங்கள். தீயிட்டு அழியுங்கள். பெண்களைக் கவர்ந்து வந்து கற்பழியுங்கள். அப்போதுதான் பாதுகாப்பற்ற அரசிடம் நாம் வாழ்கிறோம் என்ற எண்ணம் அவர்களுக்கு வரும். அவர்களுடைய சிரமங்கள் மன்னரின் பார்வைக்குச் செல்லாமல் நம் ரகசிய அதிகாரிகள் பார்த்துக்கொள்வார்கள். மக்கள் மன்னன் கேளிக்கைகளிலும் ஆடம்பர விழாக்களிலும் இருப்பதால் மக்கள் பிரச்சனையில் அலட்சியமாக இருக்கிறான் என்பது போன்ற ஒரு மாயத்தை மக்கள் மத்தியில் உருவாக்க முடியும். அரண்மனை வீரர்கள் போல் வேடமிட்டு மக்களிடம் பொருட்களை வரியாகப் பறித்து வாருங்கள். மக்களிடம் கோபத்தை வளர்பதன் மூலமே நாம் மௌரியத்தை வீழ்த்த முடியும். வெறுப்பை விதைப்பதன் மூலமே புதியதாக நமக்கு வீரர்கள் கிடைப்பார்கள்.

ஒன்றைச் சொல்ல மறந்துவிட்டேன். என் அருகில் இருப்பவன் மாபெரும் வீரன். அவன் சண்டையிடும் வீரத்தை நேரில் பார்த்தேன். மிகப்பெரிய ஆற்றலோடும் ஆக்ரோசத்தோடும் சண்டையிடும் திறமைக்காரன். இந்த அரசின் மீது அதிருப்தியில்

ராணுவப் பணியை தூக்கி எறிந்துவிட்டு வந்திருக்கிறான். நமது படைக்கு மிகவும் பயனுள்ளவனாக இருப்பான் என்று பேசிக்கொண்டிருந்த பிராமணரின் பேச்சிற்கு இடையே குறிக்கிட்டு அசோக் பேசினான்.

பெரியவர் என்னைத் தவறாகத் தங்களிடம் கூறுகிறார். மாமன்னர் சந்திரகுப்தரின் வாள் நீண்ட நாட்களாக பெரிய தாகத்தில் இருக்கிறது. அதற்கு குருதி குடிக்கும் வாய்ப்பை சந்திரகுப்தரின் மகனான மாமன்னர் பிந்துசாரர் வழங்கவில்லை. அவருடைய வாளுக்கு மட்டுமே அவர் தாகம் தணிக்க போர்களுக்கு சென்றார். எனவே நீண்ட நாட்களாக தாகத்தோடு இரும்புப் பேழைக்குள் அடைக்கப்பட்ட அந்த வாளுக்கு சந்திரகுப்தனின் பேரன் ஒருவன் தாகம் தணிக்க முடிவு செய்து அந்த வாளோடு ஊருக்குள் வெறிபிடித்த சிக்கத்தைப்போல் சுற்றிக்கொண்டு திரிகிறான். அவன் பெயர் அசோக். அவனை நீங்கள் நேரில் பார்த்திருக்க வாய்ப்பில்லை. காரணம் அவன் மற்ற இளவரசர்களைப்போல் ஊர்வலத்திலும் அரண்மனை விழாக்களிலும் ரதத்தின் மேலோ மாடத்தின் மேலோ நின்று மக்களைப் பார்த்து கைகளை ஆட்டி மக்களின் ஆரவாரத்தையும் புகழ் வார்த்தைகளையும் மாலை மணிமுடிகளையும் விரும்பாமல் போர்க்களத்தில் எதிரிகளின் இரத்தங்களைப் மட்டுமே பார்த்து மரணத்தின் சத்தைதைக்கேட்டே வளர்த்தவன் அவனை நீங்கள் நேரில் பார்க்க விரும்புகிறீர்களா? அவனை நேரில் பார்த்தால் என்ன செய்வீர்கள்? என்றான்.

அவர்கள் அவனை உனக்குத் தெரியுமா? அவனை அடையாளம் காட்ட முடியுமா? அவனை எங்களிடம் காட்டினால் போதும். அவன்தான் மௌரியர்களின் வீழ்ச்சிக்கு முதல் பலி. அவனில் இருந்தே எங்கள் யுத்தத்தை தொடங்குகிறோம். அவன் இப்போது எங்கு இருக்கிறான் என்று வெறிகொண்டு கத்தினர்.

அசோக் தன் கையில் இருந்த வாளை புன்னகையோடு உறையை விட்டு வெளியே எடுத்து அந்த வாளை உயர்த்திக் காட்டி இதுதான் நீண்ட நாட்களாக தாகத்தோடு குருதியின்றி பட்டினியாய் இருக்கும் மாமன்னர் சந்திரகுப்தரின் வாள் என்றான்.

எதிரில் இருந்த கிளச்சிக்காரர்கள் அவசரமாக தங்கள் ஆயுதத்தை எடுத்து அடுத்து கோபத்தோடு அப்படியென்றால் அசோக் நீயா என்று வெட்டியெறிய சுற்றிலும் வந்தனர்.

அசோக் தன் வாளினை எடுத்து வெட்டி எறிந்தான். அத்தனைப் பேரையும் தனியொருவனாக வெட்டிச் சாய்த்தான். உடன் இருந்த பிராமணனையும் தன் கைகளால் வெட்டி எறிந்தான்.

அவனின் வீரத்தையும் துணிச்சலையும் மலையே ஒரு நிமிடம் நிமிர்ந்து பார்த்தது. வானத்து மேகங்கள் மெல்ல நின்று வேடிக்கை பார்த்து நகர்ந்தது. வனத்து பட்சிகளும் காட்டு விலங்குகளும் அச்சத்தில் வனமே அதிரும்படியாக கத்திப் பறந்தது. சலசலப்போடு ஓடிக்கொண்டிருந்த அருவி இப்போது மௌனத்தோடு அதிர்ச்சியில் நகர்ந்தது.

அசோக் ஒருவித இறுமாப்போடும் திமிரோடும் தன் வாளில் வடிந்துகொண்டிருக்கும் குருதியைப் பார்த்தான். திடீரென அதிர்ந்தான். அனைவரையும் அவசரப்பட்டு கொன்றுவிட்டோமோ? ஓரிருவரையாவது உயிரோடு விட்டிருக்கலாம். குறைந்தபட்சம் அந்த பிராமணனையாவது விட்டு வைத்திருக்கலாம். ஆம், யாராவது ஒருவன் உயிரோடு இருந்திருந்தால் அவனை அடித்து அவன் கழுத்தில் கத்தியை வைத்தாவது இதுபோன்ற கிளர்ச்சிக்காரர்கள் குழு வேறு ஏதாவது உண்டா? உங்கள் தலைமை யார்? யார்? உங்கள் திட்டம் என்ன என்ன? இப்போது எங்கெங்கு உங்கள் படை இருக்கிறது? அரண்மனையில் இருக்கும் அதிகாரிகளில் யார் யார் மௌரிய அரசுக்கு திட்டம் தீட்டும் துரோகிகள் என்பதைத் தெரிந்துகொண்டு அதனை முறியடிக்க முயற்சி செய்திருக்கலாம். இனி எப்படி இதுபோன்ற செய்திகளைத் தெரிந்துகொள்வது? யாரைத் தேடி எங்கே சென்று எப்படி கண்டுபிடித்து மௌரியப் பேரரசைக் காப்பாற்றுவது?

அவசரப்பட்டுவிட்டோம். நம் முரட்டுத்தனத்தாலும் போர் வெறியாலும் சூழ்ச்சிகளை புரிந்துகொள்ள முடியாமல் போய்விட்டதே என்று எண்ணினான். சரி, பார்த்துக்கொள்ளலாம். முதல்முறையாக தன் கைகள் செய்திருக்கும் அசாத்திய செயலுக்கு தன் கைகளுக்குத் தானே முத்தம் கொடுத்துக்கொண்டான்.

நீண்ட நாட்களுக்குப் பிறகு ரத்தத்தின் வெம்மையில் தன்னைக் கழுவிக்கொண்ட சந்திரகுப்தரின் வாளும் பெருமிதத்தோடு தன்னைப் புதுப்பித்துக்கொண்டது. இப்போது அசோக்கிற்கு ஆற்றுநீரில் ஆசைதீர குளிக்கவேண்டும் போல் தோன்றியது. தன் உடலெங்கும் பரந்து கிடக்கும் இரத்தத்தின் வாசனை அவனுக்குப் பிடித்திருந்தது என்றாலும் ஆற்றில் குதித்துக் கத்தி சத்தமிட்டு வெற்றியைக் கொண்டாட வேண்டும் போல் தோன்றியது. அருவியின் சத்தத்தைக் கேட்டு அதன் இருப்பிடம் நோக்கி நகர்ந்தான். முதிர்ந்த கிளைமீது நெளிந்து கொண்டிருந்த பெரிய மலைப்பாம்பினைப் பார்த்தான்.

நான் யார் தெரியுமா? இப்போது நான் என்ன செய்துவிட்டு வருகிறேன், தெரியுமா? என்பது போல் பார்த்தான்.

பாம்பு மெல்ல நகர்ந்து வழிவிட்டது அருவியைக் கண்டான். அது இவனைக் கண்டு அஞ்சி நடுங்குவதுபோல் தெரிந்தது. அதனால் இவ்வளவு குளிராக இருக்கிறது என்று நீரைத்தொட்டுத் தெரிந்துகொண்டான். நீருக்குள் இறங்கினான். நீரின் உடலில் காயம்பட்டு இரத்தம் கசிவதுபோல் இருந்தது, இவனின் உடலில் படிந்த இரத்தங்கள் கரைந்து நீரில் கலப்பது.

கத்தி ஆரவாரமிட்டான். சிறு முயல்களும் குரங்குகளும் பறவைகளும் பட்சிகளும் அச்சத்தில் திசை தெரியாது மிரட்சியில் தடுமாறின. பெரும் மழைக்கான இடிச் சத்தத்தைப்போல் இருந்தது அவனின் ஆரவார ஓசை. தன் குட்டிகளையும் குஞ்சுகளையும் தன் இணையையும் இறுக்கி அனைத்துக்கொண்டன காட்டுயிர்கள். குளித்துக் கரையேறினான். அருவி தன்னை அவன் ஒன்றும் செய்வில்லை அப்பாடா என்று நிம்மதி கொண்டது. ஆனால் இப்போது மலைக்கு பயம் வந்தது. அவனுக்குப் பசிக்க ஆரம்பித்தது. மாலை நேரத்தின் வருகையால் பசியோடு குளிரும் சேர்ந்து கொண்டது.

நடந்தான். நடந்தான். ஏதாவது மானோ முயலோ கிடைத்தால் வேட்டையாடிவிடுவது என முடிவு செய்தான். வேட்டையாடுவது அவனுக்கு புதிதில்லை. தன்னைப் போருக்கு தந்தை அனுமதிக்காத காலங்களில் தன் வெறியை, கோபத்தைத் தணிக்க காட்டுக்குள்

வனத்துக்குள் வந்து கண்ணில் படும் விலங்குகளை நேருக்கு நேராக வெட்டி வீழ்த்துவான். அது அவனுக்கு பெரிய ஆறுதலாக இருக்கும்.

தன் சகோதரர்களோடோ மற்ற இளவரசர்களோடோ வேட்டைக்குச் செல்வதை விரும்பமாட்டான். தனித்தே வேட்டைக்குச் செல்வதுதான் அவனுக்குப் பிடிக்கும். மற்ற இளவரசர்கள் போல் வில்லைக் கொண்டு மறைந்திருந்து தாக்கும் முறையே பிடிக்காது. பெரும்பாலும் மீனைக்கூட தூண்டிலிட்டோ வலைகொண்டோ பிடிக்காமல் தண்ணீரில் இறங்கி தன் வாளைக்கொண்டு குத்திப்பிடிப்பதே பிடிக்கும். அப்படி இருக்க அவனுக்கு அரசியல் சூழ்ச்சியெல்லாம் துளியும் தெரியாது. கொழுத்த முயலொன்றை பிடித்துவிட்டான். அதை சுத்தம் செய்து தோலைநீக்கி தேக்கு இலையில் சுற்றினான். பின்பு களிமண்ணைக் கொண்டு மேலே பூசி ஒரு உருண்டையாகச் செய்தான். தீயை மூட்டி அந்த மண் உருண்டையை தீயில் போட்டு சுட்டான். நன்றாக மண்ணுருண்டை வெந்தது அதை எடுத்து உடைத்தான் தேக்குஇலைக்குள் வெந்து மல்லிகைப்பூவாய் மலர்ந்து இருந்தது முயலின் இறைச்சி.

ஆவி பறக்க சுடச்சுட பிய்த்து சாப்பிட்டுக் கொண்டிருந்தான். இந்த உணவுமுறை தான் மனிதன் முதல்முதலாக சமைத்த முறை. ஆதியில் வேட்டையாடிய மனிதன் காட்டுத்தீயில் வெந்துகிடந்த மானையோ மாடையோ பார்த்திருக்கிறான். உடனே அதை தின்று பார்த்திருக்கிறான். சுவையும் இன்னும் எளிமையாக இருக்க நெருப்பில் போட்டு சாப்பிட ஆரம்பித்திருக்கிறான். அதன் நீட்சிதான் இந்த முறை.

அசோக் வேட்டையாட தனித்து காட்டுக்கு வரும்போது இப்படி சாப்பிட்டிருக்கிறான். இது இவனுக்குப் பிடித்தமானது. உப்போ மசாலாவோ இல்லாமல் அப்படி சாப்பிடுவதுதான் வீரனுக்கான உணவு என்று அவன் நினைத்துக் கொண்டான். அவன் முயலின் மாமிசத்தை சாப்பிட்டுக் கொண்டிருக்கும்போது ஏதோ ஒரு சத்தம் கேட்டது.

அதைப் பின்தொடர்ந்து சென்றான். அப்போதுதான் முதல்முறையாக அவளைப் பார்த்தான். பழங்குடிப்பெண். அவள் நல்ல உயரம். கம்பீரமான நன்கு வளர்ந்த வளரிளம் மான்போல் அவள் இருந்தாள். அசோக்கிற்கு இதுவரை எந்தப் பெண் மீதும் ஆசை வந்ததே இல்லை. இன்னும் சொல்லப்போனால் பெண்ணாசையே வந்ததில்லை எனலாம். அவன் ஒரு முரடன். எப்போதும் யுத்தத்தின் செய்திகளையே பேசிக்கொண்டிருப்பான். அப்பாவிடம் அவர் செய்த போர்களைப் பற்றிய கதைகளையே கேட்டுக்கொண்டிருப்பான். அவரும் கதைகதையாக சொல்லிக் கொண்டிருப்பார். அம்மாவிடம் அவன் தாத்தாவின் வீரம் தாத்தா உருவாக்கிய மௌரிய சாம்ராஜ்ஜியத்தின் கதையை கேட்டுக்கொண்டே இருப்பான். பாடசாலையிலும் யுத்தம் பற்றிய பேச்சுதான்.

சமணப்பள்ளியில் ஆரம்பக்கல்வியை படிக்காமல் போர்ப்பயிற்சியை சொல்லித்தரும் பயிற்சிப் பட்டறையிலேயே கிடப்பான். ஆயுதம் செய்யும் ஆயுதப் பட்டறையில் சுற்றிப் பார்ப்பது அவனுக்குப் பிடிக்கும். சின்ன வயதிலேயே யுத்தம் செய்வதற்காகவும் தன் தாத்தாவும் அப்பாவும் செய்யாத அளவுக்கு போர்கள் செய்து மௌரியப் பேரசை உலகம் முழுமையும் கொண்டு செல்வதே அவன் லட்சியம். அரண்மனையில் இருந்தாலும் அவனுக்கு போர்க்களமே பிடித்ததாக இருந்தது.

நினைவில் காடுள்ள மிருகம் எப்படி கூண்டுக்குள் வாழ்வது? பாதுகாப்பாகவும் தேவையானவை கிடைக்கக்கூடிய இடமாகவும் இருந்தாலும் விரும்பாதோ அப்படித்தான் அசோக் வளர்ந்தான். அது மட்டுமல்ல வேறு எதையும் நினைக்கக்கூட மனதிலும் மூளையிலும் இடமில்லாத படி போர், போர், யுத்தம், யுத்தமென்று நிரப்பி வைத்திருத்திருக்கிறான். ஆனால் இன்று ஏனோ முதல்முறையாக தடுமாறி அவளிடம் தன்னைத் தொலைத்தான்.

தினமும் அவளுக்காகக் காத்திருந்தான். அவளிடம் சென்று பேச முற்பட்டான் அவள் தனியாக அருவியில் குளிக்க வரும் நேரம் பார்த்துக் காத்திருந்தான். அவள் பெயர் எதுவோ தெரியாது. அவள் யாரென்றே தெரியாது. ஆனால் இனி அவள்தான் என்

தேவி. அவளை இனி தேவி என்றே அழைக்க முடிவு செய்தான். அவளிடம் சென்றான். தேவி தேவி என்றான்.

அவள் இவனைப் பார்த்தது அச்சப்படவோ தேவையில்லாமல் பதட்டப்படவோ இல்லை. காரணம் சத்தம் போட்டதும் கேட்கும் தூரத்தில்தான் தன் பழங்குடிமக்கள் தங்கியிருக்கும் குடில்கள் இருக்கிறது என்பது அவளுக்குப் போதுமானதாக இருந்தது.

என் பெயர் தேவியில்லையே என்றாள்.

ஆனால் நீங்கள் தான் எனக்கு இனி தேவி என்றான்.

அவள் சிரித்துக்கொண்டே அப்படியா? ஆனால் எனக்கு இப்போதைக்கு ஒரு பக்தன் தேவையில்லையே, நீ செல்லலாம்.

நான் இந்த தேவியை வணங்க வந்த பக்தனல்ல.

வேறு எதற்காக வந்த பக்தன்.

அய்யோ நான் பக்தனே இல்ல.

சரி வந்த வழியை மறந்துவிட வேண்டாம். கிளம்பிவிடுங்கள்.

மறந்துதான் விட்டேன் வந்த வழியை. வந்த வேலையை, வந்த வரலாற்றை, வாழ்ந்த வாழ்வை எல்லாவற்றையும் மறந்துவிட்டேன். தேவியைப் பார்த்ததும் மறந்துவிட்டேன்.

கற்றபின் நீச்சல் மறக்குமா? அரசகுமாரன் கைகள் போர் செய்யும் கலையை மறந்துவிட்டதா என்ன?

அவள் அப்படிச் சொன்னவுடன் அசோக்கிற்கு அதிர்ச்சி. நான் யார் என்பது என்றான்.

ஆம் நீங்கள் யார் என்பது என்றாள்?

எப்படி எப்படி என்றான்.

மூன்று தினங்களுக்கு முன்பு என்றாள்.

பார்த்துவிட்டாயா? என்றான்.

ஆம் இதே அருவிக்கரையோரம் என்றாள்.

நான் சண்டையிட்டதைத் தானே.

ஆம் கூடுதலாக சண்டையிட்டதோடு அவர்களிடம் பேசியதையும் அவர்களிடம் யாரென்று சொல்லியதையும் அதன்பின் அவர்களைக் கொன்று குவித்ததையும் என்றாள்.

அப்படியென்றால் அந்த கிளர்ச்சிப்படைக்கும் உனக்கும்...

இல்லை இல்லை. எந்தத் தொடர்பும் இல்லை. எங்கள் காடு இது. எங்கள் நீர் இது. எங்கள் மலை இது. எங்கள் காற்று இது. பலர் வருவார்கள். திருடியவர்கள் தலைமறைவாக கிளர்ச்சி செய்கிறவர்கள் தங்கிக்கொள்ள, கொலைக்குற்றவாளிகள் பதுங்கிக்கொள்ள, முற்றும் துறந்த ஞானிகள் வடக்கிருக்க, அரச குடும்பத்தினர் வேட்டையாட, யார் யாரோ வருவர். மலை மலையாகவேதான் இருக்கும். யாருடனும் அது தன் தனித்தன்மையை கலந்துவிடுவதில்லை. இந்த மலையில் இருக்கும் நாங்களும் அப்படித்தான் என்றாள்.

நான் போரிட்டதால் என்னைப் பிடிக்காமல் போகுமா உனக்கு?

நீங்கள் போரிட்டதை நான் பார்க்கவில்லை. கொலை செய்ததைத்தான் பார்த்தேன்.

போர்களில் உயிர்களைக் கொல்லுவது கொலையாகாது தேவி.

கொலையைப் புனிதப்படுத்துவதற்கு நீங்கள் வைத்த பேர்தான் போர், யுத்தம்.

இல்லை இல்லை. வேட்டையாடுவது காட்டு விலங்களுக்கு இயல்பானது தானே. காட்டு விலங்குகள் வயிறைத் தாண்டிய ஒன்றிற்காக கொலை செய்வதில்லையே. மூளையிலிருந்தோ மனதிலிருந்தோ அவை அதை செய்வதில்லையே. அதிகாரத்திற்கும் எல்லைக்கும் அது கொலை செய்வதில்லை. கருவூலங்களை நிரப்பவேண்டிய தேவை இல்லையே.

நான் வருகிறேன் உங்கள் பயணத்தில் தொடரலாம் என்று தேவி நடக்க ஆரம்பித்தாள்.

நீ சென்றால் நான் செத்துவிடுவேன். இது அரசகுமாரனின் வார்த்தைகள் இல்லை.

அரசகுமாரன் என்றால் சென்றால் கொன்றுவிடுவேன் என்று தானே சொல்லவேண்டும்.

ஆம், மற்றவர்கள் என் ஆணையை மீறிச் சென்றால் அப்படிச் சொல்லியிருப்பேன். ஆனால் காதல், தாய்மை இரண்டிலும் அதிகாரம் வலிமையற்றுப்போகிறது. நான் என்ன செய்ய தேவி. நான் மீண்டும் எப்போது உன்னைச் சந்திக்கக் காத்திருக்க வேண்டும். வசந்தத்தின் வருகையை என் வாளின் கூர்மையைக் கொண்டு வரவைக்க முடியாது அல்லவா அதனால்தான் கேட்கிறேன் எப்போது வரை காத்திருக்கச் சொல் தேவி.

காத்திருங்கள் என்று சொல்வது என்பது உங்களை ஏற்றுக் கொண்டதற்கான வாக்குறுதியாகிவிடும். எனவே காத்திருப்பதில் பயனில்லை என்கிறேன்.

இல்லை இல்லை நான் காத்திருப்பேன். காலத்திற்காக, காதலுக்காக, தேவிக்காக என்று அவள் பின்னே ஓடிக்கொண்டே சொன்னான்.

அவள் சென்றுவிட்டாள். அந்த மலையையும் காற்றையும் பறவை பட்சிகளையும் அவன் புதியதாகப் பார்த்தான். காடும் மலையும் காற்றும் அவனைப் புதியதாக பார்த்தன. அவன் காத்திருந்தான். மறுநாள் வந்தாள்.

தேவி தேவி என்று பின்னே ஓடினான்.

அரசகுமாரனுக்கு மலையை மிகவும் பிடித்துவிட்டதா இல்லை மலையோடு சேர்ந்து வசந்தத்தின் வருகையும் பிடித்துவிட்டது. அரசகுமாரன் போர்ப் பயிற்சியோடு சேர்த்துப் பேசுவதற்கு பயிற்சியெடுத்திருக்கிறார் போல என்றாள்.

நான் என்ன செய்ய? யாவற்றையும் துறக்கவா? இதோ இந்த வாளை இதோ இந்தப் போர் செய்யும் கலையை, மாளிகையை, மணிமுடியை, மன்னனின் மகன் என்ற அடையாளத்தை எல்லாவற்றையும் துறந்துவிடவா?

துறத்தல் என்றால் என்ன?

மணிமுடியையும் வாளையும் அதிகாரத்தையும் துறத்தல்தான் துறவு என்று அரசகுமாரனுக்கு யார் சொன்னது? எங்கு கற்பிக்கப்பட்டது.

வேறு எதைத் துறப்பது? துறவு என்றால் என்ன? தேவி சொன்னால் துறக்கிறேன். துறவு என்பது எண்ணங்களைத் துறப்பது. மனதுக்குள் இருந்து தீமையானவற்றைத் துறப்பது. சிந்தனையில் இருந்து வேண்டாதவற்றைத் துறப்பது. அது மணிமுடியைத் துறப்பதுபோல, அரண்மனையைத் துறப்பதுபோல, ஆடை அணிகலன்களைத் துறப்பதுபோல எளிதல்ல. எடுத்து எறிவதற்கும் வேண்டாமென்று நீக்கிவிடுவதற்கும்.

தேவி நான் செய்வதறியாது நிற்கும் குழந்தையாய் நிற்கிறேன். போரிடுவதைத் தவிர வேறெதுவும் கற்றுக்கொள்ளத் தவறியவன். என்னை என்ன செய்யச் சொல்கிறாய்.

கற்றுக்கொண்ட போரைத்தான் துறக்கச் சொல்கிறேன் என்றாள் தேவி.

துறத்தல் எளிதல்ல. மீனை நீரில் இருந்து பிரிந்து தனியே எடுத்து நீ நீந்துவதை மறந்துவிடுவதுதான் காதலுக்கு வழியென்றால் மீன் இறந்துவிடாதா? என்னைப் போர், யுத்தம் என்பதில் இருந்து பிரித்தால் செத்துவிடமாட்டேனா தேவி.

அருவியைப் பாருங்கள், மலையில் குதிக்கும் அருவி பாறைகளும் சீரற்ற காட்டுவழியில் போகும் போது காட்டாறாய் ஓடுகிறது. சமவெளியைச் சென்றடையும் போது தெளிந்த நிதானத்தோடு ஓடுகிறது. அருவியின் வேகத்தையும் காட்டாற்றின் ஆக்ரோசத்தையும் நதியின் நிதானத்தையும் யார் தீர்மானித்தது? நீரா, இல்லை. நிலமே தீர்மானிக்கிறது. நிலமும் மழையின் அளவுமே எங்கே எப்போது நீர் எப்படி ஓடவேண்டுமென்று முடிவு செய்கிறது. நம் மனதையும் காலமும் இருக்கும் இடமுமே தீர்மானிக்கிறது. பயிற்சியும் கற்றலுமே பக்குவப்படுத்துகிறது.

நான் எங்கு பயிற்சி பெற வேண்டும்? என் இடம் எது? இந்தக் காட்டாறு நதியாக எந்த நிலத்திற்குச் செல்லவேண்டும்.

நாங்கள் குடியிருக்கும் பகுதிக்கு அருகில் சமணப்பள்ளியில் நீங்கள் சிறிதுகாலம் தங்கவேண்டும். துறவிகளிடம் அவர்களைப் போலவே உண்டு, உறங்க வேண்டும். போரில்லாத யுத்தத்தை விருப்பாத எண்ணங்கள் வரும் வரை.

அசோக் அதிர்ந்தான். சமணத்துறவியோடு வாழ்வது அவனுக்குப் பெரிய அதிர்வாய் இருந்தது. தான் சமண வழியில் வாழும் குடும்பத்தில் பிறந்தவன் தான். படித்தது விழாக் காலத்தில் என்று எல்லாமே சமணத்தோடு தொடர்புடைய பண்பாட்டில் பிறந்தவன் தான். என்றாலும் அதில் தன்னை இணைத்துக் கொள்ளாதவன். தாய் எதை செய்யச் சொன்னாலோ எதற்காக வேண்டாமென்று ஓடி வந்தானோ அதை மீண்டும் காலம் செய்யக் கட்டளையிடுகிறது. தாயிடம் வேண்டாமென்று சொல்லி வெளியேறுயது போல காதலியிடம் வெண்டாமென்று சொல்லி வெளியேறுகிற துணிவு அசோக்கிடம் இல்லை. காலமே இன்னும் என்ன என்ன செய்யக் காத்திருக்கிறாய்? நான் வேண்டாமென்ற ஒன்று விட்ட குறை தொட்ட குறையாக என்னைத் துரத்துகிறதே. என் தாத்தாவின் அறநெறியை தொன்று தொடர காலமே வேறு பேரன்களைத் தேர்வு செய்யாமல் இந்தப் போர் வெறியும் யுத்தத்தின் மீது தீராத காதலும் கொண்டவனை தேர்ந்தெடுத்தது என்ன விநோதம்.

தாத்தாவிற்கு நிறைய பேரன்கள் இருக்கும்போது அவரின் வாளை விரும்பியவனுக்கு அவரின் துறவைத் திணிப்பது முறையா? இடிந்துபோய் நின்றான். தாயே உன் வேண்டுதலால் இந்த சமணத்தின் நீட்சி அல்லது தாத்தாவே உன் ஆசியா? உன் விருப்பமா? என்ன செய்வேன் என்ன செய்வேன்?

காடும் மலையும் சுற்றுவதுபோல் தோன்றியது. இரவும் பகலும் மோதிக் கொள்வதுபோல் கண்கள் இருண்டது. துணிந்தான். தேவிக்காக தேவியோடு வாழ முடிவு செய்தான். சமண முனிவர்களோடு தங்க முடிவு செய்தான்.

காலம் எவ்வளவு விசித்திரமானது? நாம் வேண்டாமென்பதையே நம் கையில் திணித்து வேடிக்கை பார்க்கிறது என்று அசோகன் நொந்து கொண்டான்.

தேவி உன்னிடம் உன்னிடம் ஒன்று கேட்கட்டுமா?

கேளுங்கள். சமணம் பற்றி உனக்கு எப்படித் தெரியும்? மேலும் சமணம் என்பது துறவிகளுக்கானது. என்னை ஏன் அதில் வாழச் சொல்கிறாய்?

தேவி சிரித்தாள். சிலர் வேண்டுமென்றே கட்டமைக்கும் திட்டமிட்ட பொய் அது. சமணம் என்பது அனைத்து உயிர்களுக்குமானது. அனைத்து உயிர்களையும் நேசிக்கும் கருணையே சமணம். மேட்டுக்குடி மக்களுக்கானது என்பது தவறானது. அனைத்து மனிதர்களையும் நேசிக்கும் பேரன்பு எப்படி சிலருக்கானதாக இருக்கும்? மன்னர் மேலும் அது துறவிகளுக்கானது என்பது நீண்டபொய். குடியானவன் விளைவித்த உணவு எல்லோருக்கும் தானே? அரிசியையும் உணவையும் குடியானவன் அவனுக்காகவா விளைவிக்கிறான்? அனைவருக்கும் தானே. அப்படியே சமணம்.

துறவிகள் கண்டடைகிறார்கள். அதை எல்லோருக்கும் பந்தியிடுகிறார்கள், பரிமாறுகிறார்கள். சமணம் இல்லறத்தை கருணையோடு பேரன்போடு வாழச் சொல்லும் இல்லறவியல். அசோக் சமண முனிவர்களோடு வாழ்ந்தான். இரண்டு மூன்று வாரங்கள் பயிற்சிக்குப் பின் தேவியை திருமணம் செய்து கொண்டான்.

தேவி இவன்தான் மௌரிய இளவரசன் என்பதை யாரிடமும் சொல்லிக் கொள்ளவில்லை. அசோக்கும் சொல்லிக் கொள்ளவில்லை. நான்காண்டு கடந்துவிட்டது. அரண்மனையில் என்ன நடக்கிறதென்றே தெரியவில்லை. அன்னை தன்னைத் தேடியிருப்பாள். தந்தை தான் அனுப்பியதன் நோக்கத்தை சொல்லியிருப்பார் என்று அவன் உறுதியாக நம்பினான். சங்கமித்திரா என்ற மகளும் மகேந்திரன் என்ற மகனுமே அவனுக்கு உலகமாக இருந்தது. அவன் தன் தாய் வடிவமாகவே சங்கமித்திரையைப் பார்த்தான். மகேந்திரன் தன் தாத்தா சந்திரகுப்தரே வந்து பிறந்ததாக நினைத்துக் கொண்டான். நாட்கள் ஓடிக்கொண்டே இருந்தது.

சிலர் அவன் தனியே நடந்து சென்று கொண்டிருக்கும் போது வழி மறித்தார்கள் அவர்கள் கழுதைகளில் தானியங்களை விற்கும் வணிகர் போல் இருந்தார்கள். இளவரசருக்கு வணக்கம். தங்களை ஓராண்டு காலமாக தேடிக் கொண்டிருக்கிறோம். அரசர் தங்களை உடனே அழைத்து வரும்படி ஆணையிட்டுள்ளார். அரண்மனையில் பெரிய அரசியல் குழப்பம் நிகழ்வதாகவும் தந்தையின் உடல்நிலை மிகவும் மோசமடைந்துள்ளதாகவும் அவர்கள் கொண்டுவந்த அரசாணையைக் காட்டினர். மேலும் தந்தையின் மோதிரத்தையும் அசோக்கிடம் கொடுத்தனர்.

அசோக்கிற்கு என்ன செய்வதன்றே தெரியவில்லை. மௌரிய சாம்ராஜ்ஜியத்தை வீழ்த்துவதற்காக நடக்கும் சூழ்ச்சியை தேவியிடம் சொல்லிப் புரியவைத்து அவளோடு அரண்மனைக்குச் செல்லலாமா? சங்கமித்ரையை மகேந்திரனை விட்டு தனித்து நம்மால் வாழமுடியுமா? என்னென்னமோ சிந்தனை அவனைத் தாக்கியது. ஒரே முடிவுதான் தேவியைப் பற்றித் தெரியும். அவள் எந்த சூழ்நிலையிலும் தனித்து வாழும் நம்பிக்கையும் பேராற்றலும் உடையவள். மௌரிய சாம்ராஜ்யம் அழிவதைத் தடுத்தாக வேண்டும். எல்லாம் சரியாக ஓரிரு ஆண்டுகள் ஆகலாம். பின்பு நம் சகோதரர்களிடம் நாட்டை ஒப்படைத்துவிட்டு தேவியோடும் பிள்ளைகளோடும் இந்த மலைகளோடும் எளிய மக்களோடும் சமணத்தோடும் தன் வாழ்க்கையைத் தொடரலாம் என்று முடிவுசெய்து ஒற்றர்களோடு சென்றான்.

அரண்மனைக்குள் ஓடினான். நீண்ட பொன்னாலான கட்டிலில் படுக்கவைக்கப்பட்டிருந்தார் பிந்துசாரர். அசோக்கைப் பார்த்ததும் மெல்ல எழுந்திருக்க முற்பட்டார்.

அசோக் அசோக் வந்துவிட்டாயா?

வந்து விடுவேன் என்பது உங்களுக்குத் தெரியும் தானே தந்தையே என்றான்.

அசோக்கின் முகத்தை தடவிப் பார்த்தார். தலையைத் தொட்டார். அசோக் உடைந்து கண்ணீர் விட்டார்.

அசோக் நம் தாத்தாவின் சாம்ராஜ்யம் சாதாரணமானதல்ல, அது ஒரு பண்பாட்டுப் புரட்சி. சமண பௌத்தத்தின் நீட்சி. நந்தர்கள் நம் எதிரிகள் அல்ல, நம் இனத்தவரே நமக்கும் நந்தர்களுக்கும் நடந்த சகோதர யுத்தத்தில் நாம் வென்றோம். நந்தர்கள் தங்களுக்குக் கட்டுப்படவில்லை என்பதற்காக அவர்களை அழித்து நம்மை அரியணையை ஏற்றி கைப்பாவையாக வைத்து ஆள நினைத்தார்கள் ஆரியர்கள். அதை உன் தாத்தா புரிந்துகொண்டு நம் தாய்நெறியான சமணத்திற்குச் சென்றுவிட்டார். ஆரியத்தை அழிக்க நம் தாய் நெறியான சமணமே மெய் என்பதை ஒவ்வொருவரும் உணர வேண்டும் என்பதே தாத்தாவின் விருப்பம். அதுவே மக்களை கருணையும் பேரன்பும் கொண்டவர்களாக மாற்றி ஆரியத்தை அழிக்கும் என்று அவர் நம்பினார். நானும் நம் பூர்வ தாய்வழியான சமணத்தையே பின்பற்றினேன் அதையே நம் மக்கள் தொடரவேண்டும். ஆரியமாயை எந்தக் காரணம் கொண்டும் ஏற்றுக்கொள்ளக் கூடாது. அது மனிதகுலத்திற்கு ஆபத்தானது, தீமையானது. ஒருபோதும் சகோதரத்துவத்தையோ சமத்துவத்தையோ தொடரவிடாது என்றேன். எனவே என்னையும் சூழ்ச்சியின் மூலம் அழித்து மௌரிய சாம்ராஜ்யத்தையே வீழ்த்தப் பார்க்கிறார்கள். மௌரியத்தை வீழ்த்தி அவர்களுக்கான அரசைக் கட்டமைத்து சமணத்தை சிதைத்து ஆரியத்தை மக்களிடம் திணித்து நஞ்சைப் பரப்ப நினைக்கிறார்கள். அதை உன் சகோதர்கள் புரிந்து கொள்ளவில்லை. அவர்கள் ஆரியர்களிடம் விலைபோனதோடு என்னையும் கொல்லத் திட்டமிட்டுள்ளனர். ஆரியர்களின் துணை கொண்டு மௌரிய ராஜ்யத்தின் எல்லையைப் பிரித்து தாங்களே சிறுசிறு பகுதிகளாக்கி ஒவ்வொரு நாடாக்கி அரசர்களாக முடிவு செய்துள்ளனர்.

இவையாவும் ஆரியர்கள் மேற்பார்வையில் நடக்கிறது. மௌரியப் பேரரசு சிறுசிறு அரசுகளாகப் பிரிவது மௌரியத்தை அழிவுப்பாதைக்கே அழைத்துச் செல்லும். அசோக் நீ அதைத் தடுத்தாக வேண்டும். மேலும் தக்சசீலத்தில் ஆரியர்கள் கிளர்ச்சியைத் தொடங்கியுள்ளனர். அதைத் தடுத்தாகவேண்டும் என்று பிந்துசாரர் கூறினார்.

அப்போது அசோக்கின் சகோதரர்கள் வந்து சேர்ந்தனர். அசோக் நம் தந்தைக்குப்பின் இந்த பரந்துபட்ட மௌரிய சாம்ராஜ்ஜியத்தை நாங்கள் சேர்ந்தே ஆட்சி செய்ய முடிவு செய்துள்ளோம். தந்தை அதற்கு சம்மதிக்க மறுக்கிறார். மேலும் அவர் காலம் வரும்போது தானே தகுதியான ஒருவரை அரசனாக்குவேன் என்கிறார். இப்போது தந்தை உன்னை அரசனாக்க முடிவு செய்திருப்பதாகத் தெரிகிறது. நீ மீண்டும் வருகை தந்தது எங்களுக்கு பேரதிர்ச்சியாக இருக்கிறது என்று கூறிக்கொண்டே அசோக்கை நோக்கி வாளோடு வந்தனர்.

தற்போது அசோக்கிற்கு இருக்கும் ஒரே சிந்தனை தக்சசீலத்தில் ஏற்பட்டிருக்கும் சூழ்ச்சியை முறியடிப்பது மட்டுமே. மௌரிய சாம்ராஜ்யத்தை மீட்கும் அதை சரிசெய்யாவிட்டால் நாடு முழுவதும் சூழ்ச்சி பரவிவிடும். அப்போது மௌரிய அரசின் பேர் சொல்லக்கூட யாரும் இருக்கமாட்டார்கள். என்று எண்ணிக் கொண்டிருக்கும்போதே சகோதரர்களில் சிலர் அசோக்கை அழிக்க வாளோடு வந்தனர். ஆனால் அசோக் தன் வாளையெடுத்து வெட்டியெறிந்தார்.

ஒருசில சகோதரர்கள் கொல்லப்பட்டார்கள். சிலர் தப்பி ஓடினர். வெறிகொண்டு கத்தினர். யாரும் அருகில் இல்லாமல் ஓடி மறைந்தனர். அசோக் தக்சசீலத்திற்கு விரைந்தார். அங்கே ஏற்பட்ட கிளர்ச்சியை கொடூரமாகத் தன் வாளினால் அடக்கினார். யார் யார் மேல் சந்தேகமோ அத்தனை பேரையும் வெட்டியெறிந்தார். ஒற்றர்கள் மூலமும் பிடிபட்ட கிளர்ச்சிக்காரர்களின் மூலமும் கேட்டு சூழ்ச்சிக்குத் துணைபோன அரண்மனை அதிகாரிகள், அரண்மனை மந்திரிகள் சில சகோதரர்கள் என அனைவரையும் வெட்டியெறிந்தார்

உடலெங்கும் இரத்தத்தோடும் கண்களில் வெறியும் கோபமுமாக பாடலிபுத்திரம் சென்றார். அரண்மனையே அச்சத்தோடு வழிவிட்டது. அரண்மனையில் அரியணையை நோக்கி நடந்தார். அரியணை கண்ணின் முன் தெரிய ஆரம்பித்தது. ஆனால் மனதிலெல்லாம் தேவியின் நினைப்பும் சங்கமித்திரா மகேந்திரனும் நினைப்புமாகவே இருந்தது. இவையெல்லாம் வேண்டாமென்று

தேவியிடமே ஓடிவிடலாமா என்று தோன்றியது. சமணர்களிடம் படித்த கல்வியை ஒரே நொடியில் மறந்துவிட்டது எவ்வளவு பெரியபாவம்.

தேவி தன்னை மனிதனாக்கி அழகு பார்த்தாள். சமணத்துறவிகளோ தன்னை முழுமைப்படுத்தி நிறைவு செய்தனர். இருவரையும் எப்படித் தூக்கியெறிந்தோம்? மீண்டும் தேவியின் எதிரே நின்றால் ஏற்றுக்கொள்வாளா? அதே அன்போடு என் பிள்ளைகள் என்னிடம் வருவார்களா? நான் படித்த சமணப்பள்ளியில் உள்ள துறவிகள் என்னை மன்னிப்பார்களா? மீண்டும் தேவியோடு மலைகளோடு மரங்களோடு மக்களோடு வாழும் இயல்பு மனம் எனக்கு வருமா? அதைக் கொண்டுவர நான் இன்னும் எத்தனை நாட்கள் சமண முனிவர்களோடு தங்கவேண்டும். கையில் இருக்கும் தாத்தாவின் வாளைத் தூக்கியெறிந்து விட்டு ஓடிவிடலாமா என்று அவன் மனமெல்லாம் புலம்பியது.

இப்போது அரியணைக்கு மிக அருகில் வந்துவிட்டான். இரண்டு மூன்று அடி தூரமே உள்ளது. ஒருவேளை நான் தேவியிடமே ஓடிவிட்டால் மீண்டும் சமண முனிவர்கள் வாழும் மலையே என் வீடானால் இந்த மௌரியப் பேரரசு என்னாவாகும்? தாத்தாவும் அப்பாவும் கட்டியாண்ட பேரரசு என்ன ஆகும்? ஆரியர்கள் ஆட்டுவிக்கும் ஆட்சி உருவாகும். சமணம் என்ற உயரிய நெறி அழிக்கப்பட்டு ஆரிய வேதவேள்வி மக்களை, நாட்டைச் சீரழிக்கும்.

மௌரியப் பேரரசை மீட்க மக்களைக் காக்க சமணத்தைக் காக்க நான் அரியணையேறியே ஆகவேண்டும். ஆம், நான் மன்னனாகுவதே சரியானது. இன்றிருக்கும் சூழ்ச்சி சூழ்ந்த நேரத்தில் சகோதரர்களில் ஒருவனே ஆட்சிக்கு வந்தாலும் மௌரிய அரசைக் காப்பாற்ற முடியுமா என்பது தெரியவில்லை. எனவே நானே அரசனாக வேண்டியதுதான். அரியணையைத் தொட்டான் அசோக். அது மேலும் அவனுக்கு கூடுதல் கர்வத்தைக் கொடுத்தது. அமர்ந்தான். தானே பேரரசின் மாமன்னன்.

வீரமும் புகழும் பெரும் படையும் கொண்டு பூமியிலேயே முதல் பேரரசை உருவாக்கிய நந்தர்களையே வென்று உருவான சாம்ராஜ்யம் மௌரிய ராஜ்யம் சந்திரகுப்தரும் பிந்துசாரரும் எழுதிய வரலாற்றின் தொடர்ச்சியே நான். மாமன்னன் அசோக் என்று நாடெங்கும் பரப்புரை செய்யுங்கள். நாடெங்கும் கொண்டாடும்படியாகவும் ஏற்பாடு செய்யுங்கள் என்று சேவகர்களுக்கும் அமைச்சர்களுக்கும் ஆணையிட்டான்.

நாடெங்கும் கொண்டாட்டங்கள் தொடங்கியது. மௌரிய சாம்ராஜ்ஜியத்தின் பேரரசனாகத் தலையில் கிரீடத்தோடு தாயிடம் போய் நின்றான்.

தாய் உன் தாத்தாவின் மணிமுடியை எடுத்து வரச்சொல்லவில்லை. அதையெல்லாம் தாண்டிக் கடந்து அவர் கண்ட சமண அறத்தை, கருணையை, பல்லுயிர் நேயத்தை எடுத்து வருவாய் என்றல்லவா நான் எதிர்பார்த்தேன். நெல்லிக்கனியை தோளுக்கு மேலே தூக்கிக் காட்டிவிட்டு இமயத்தைத் தூக்கிவிட்டதாக பெருமை கொள்கிறாய். உன் தாத்தாவும் ஆரம்பத்தில் இதே போல்தான் மணிமுடிகளும் எதிரிகளை அழித்ததால் கிடைத்த வெற்றியுமே உயர்வென்றிருந்தார். அந்தகைய பக்குவமில்லாத மனிதனாக வந்திருக்கிறாய். காலம் உன் தாத்தாவின் மணிமுடியை சுமையென்று எண்ணவைத்தது. அன்பும் அறமுமே உயர்வென்று அது உணர்த்திற்று. அதுபோல் காலம் உனக்கு எல்லாவற்றையும் கற்றுக்கொடுக்கும். காலமே புத்தருக்கு ஆசானாய் இருந்தது. காலமே தீர்த்தங்கரர்களுக்கு மெய்ஞானத்தைத் தந்தது. காலமே எல்லாவற்றையும் தீர்மானிக்கிறது. காலமே புதுமையும் பழமையுமானது. அது தக்க நேரத்தில் எல்லா உயிர்களுக்கும் பாடத்தைக் கற்றுக்கொடுத்துக்கொண்டே இருக்கிறது. காலத்தின் பாடத்தை கைப்பற்றிக்கொண்டு வாழ்பவர்களே வரலாற்றில் வாழ்கிறார்கள். காலத்தின் பாடத்தை அது கற்பிக்கும் காலத்தில் நின்று கவனிக்காமல் கற்றுக்கொள்ளாமல் அலட்சியப்படுத்துபவர்களே இல்லாமல் போகிறார்கள். என் மகனுக்கு நிச்சயம் காலம் புத்தரின் பேரறிவையும் சமணர்கள் கண்ட மெய்ஞானத்தையும் கற்றுத்தரும்.

அப்போது அவன் அதை அலட்சியம் செய்யாமல் நின்று கேட்பான். அந்தப் பொறுமையும் நிதானமும் அவனுக்கு இருக்கும். ஏனென்றால் அவன் சந்திரகுப்தரின் பேரன். அப்போது நானே அவனைத் தேடிவந்து பார்ப்பேன். இப்போது மணிமுடியேந்திய பேரரசர் அசோகர் இங்கிருந்து செல்லலாம் என்றாள்.

தாயின் பேச்சு ஒன்றும் புதியதில்லை. ஏனென்றால் நான் பிறந்தகாலந்தொட்டு அவளுக்கு நானே உலகம். யுத்தம், போர் எதிலாவது எனக்கு எதுவும் நடந்துவிடக்கூடாது என்ற பயம். மேலும் அரசனாகும் வாய்ப்பு எனக்கு ஏற்பட்டால் என் மாற்றுத்தாய் சகோதரர்களே என்னைக் கொன்றுவிடுவார்கள் என்ற அச்சம். பல யுத்தங்கள் வெற்றியைத் தந்தாலும் ஏதாவது ஒரு யுத்தம் சாதகமற்று நடந்துவிட்டால் என்ன செய்வது என்பது அவள் பயம். அதிலும் எவ்வளவு பெரிய மாவீரனாக இருந்தாலும் அரசியல் சூழ்ச்சி என்ன செய்யும் என்று யாரும் கணித்துவிடமுடியாது. அதனால் என்னை ஆட்சி அதிகாரத்தின் ஆசையற்றவனாகவே வளர்த்தாள். சமண முனிவர்களால் இளம் துறவியாகவே வளர்க்கப்பட்டவன் நான்.

சரி, பெற்றவளுக்கு மௌரிய சாம்ராஜ்யத்தை விடவும் மகனே பெரியதாகத் தெரியலாம். ஆனால் அதில் பிறந்த எனக்கு எப்படி உயிர் பெரியதாகத் தெரியும்? எனக்கு மௌரிய அரசின் தொடர்ச்சியே என் உயிரினும் மேலானது. ஆனால் என் தேவி அப்படியில்லை. நிச்சயம் என்னை ஏற்றுக்கொள்வாள். இது காலத்தின் கட்டளை என்பதைப் புரிந்துகொள்வாள். மகேந்திரனுக்கு இந்த மணிமுடியும் அரண்மனையும் நிச்சயம் பிடிக்கும். என்னோடு வருவான். என் தாயின் மற்றொரு வடிவமானவள் மகள் சங்கமித்திரா. என் உயிரினும் மேலானவள். என்னை எப்போதும் விட்டுத்தர முன்வராதவள். அவள் புரிந்துகொண்டு எல்லோரையும் அழைத்து வருவாள் என்ற நம்பிக்கையோடு அசோக் ஓடினான் தேவி இருக்கும் மலையை நோக்கி.

தேவி தேவி என்ன செய்கிறாய்? நான்தான் அசோக். உன்னுடைய அசோக். இந்த பூமியை வெல்லப்போகும் அசோக்.

உலகத்தின் பெரிய சாம்ராஜ்யத்தின் பேரரசன் அசோக். வா தேவி உனக்காவே காத்திருக்கிறது மௌரியப் பேரரசு. தேவி சிரித்தாள்.

தேவி ஏன் இந்த சிரிப்பு? சிரிப்பு சொல்லும் பதில்தான் என்ன?

இல்லை, நான் தேடிய நான் தேடிக் கண்ட அசோக் நிச்சயம் என்னைத் தேடி வருவான் என்று நம்பிக்கை கொண்டிருந்தேன். ஆனால் அவன் வராமல் போவானென்று நான் எதிர்பார்க்கவில்லை.

தேவி, உன் அசோக் உன்னை விட்டு எப்படிப்போவான்? அவனுக்கு எல்லாமே நீதானே. அவன் உயிர் வாழ்வதே உனக்காகவும் பிள்ளைகளுக்காகவும் தானே. அவன் உங்களை எப்படி மறந்துபோவான்? அவன் இப்போது உன்னைத்தேடி வந்து நிற்கிறான். ஆனால் தேவிதான் ஏற்றுக்கொள்ள மறுக்கிறாள் என்றான் அசோக்.

தேவியின் ஆசையான அசோக் நேரில் வந்து நின்றால் அவள் எப்படி மறுப்பாள்? ஆனால் எதிரில் நிற்பது பேரரசர். அமைச்சர்களையும் அதிகாரிகளையும் மாற்றான்தாய் சகோதரர்களையும் கொன்று குவித்து அதிகாரத்தின் மணிமுடியைக் கைப்பற்றிய கொடுங்கோல் அசோகன். சமணப்பள்ளியில் படித்த அசோக் இல்லை அவன் சமண முனிவர்களோடு வாழ்ந்த அசோக்கில்லை. அவன் தீர்த்தங்கரர்கள் கண்ட அறத்தின் வழியில் இல்லறத்தைக் காக்கும் அசோக்கில்லை. எனவே எனக்கு இந்தப் பேரரசர் அசோக் வேண்டாம்.

பிள்ளைகளையாவது பார்க்கலாமா என்று கண்ணீரோடு கேட்டான்.

அவர்களுக்குத் தெரிய வேண்டாம். இப்படி ஒரு அசோக் இருப்பது இரத்தத்தில் நனைந்து மாமன்னனான அசோக் அவர்களுக்கு இந்த காடும் மலையுமே போதும். அனைத்து உயிர்களுக்குமான அறத்தைச் சொல்லும் சமணமே போதும். தந்தை வருவார் என்ற நம்பிக்கையே போதும் என்றாள் தேவி.

நான் எல்லாவற்றையும் வேண்டாமென்று தூக்கியெறிந்து விடவா? மீண்டும் உன் அசோக்காக வரட்டுமா? பேரரசு

வேண்டாம். மணிமுடி வேண்டாம். நீ போதும். சங்கமித்ரா போதும். மகேந்திரா போதும். மீண்டும் இந்தக் காடு, அருவி, மலை, காற்று என்று வாழ்வதற்கு நான் தயார்.

தேவி சிரித்தாள். பலமாக சிரித்துக்கொண்டே பேசினாள். பிறந்ததே சமணத்தை ஆதியாகக் கொண்ட ஒருவன் சமண முனிவர்களால் கல்வி கற்பிக்கப்பட்ட ஒருவன் இவ்வளவு முட்டாள்தனயான பதிலைச் சொல்வானென்று எதிர்பார்க்கவில்லை. அறம், கருணை, உயிரிரக்கம் எல்லாம் அவன் உடையோ கையில் இருக்கும் தாத்தாவின் வாளோ அல்ல. அது உயிரில் இருந்து உணரவேண்டும். அறம் என்பது ஒரு கல்வி. அது புரிதல். தொடர்ச்சியான கற்றலிலும் புரிதலிலும் தேடலிலும் கிடைக்கும் மெஞ்ஞானம். அதை ஒரு நொடியில் பெறவோ தூக்கியெறியவோ முடியாது. தீர்த்தங்கரர்கள் வாழ்க்கையே அதற்கு சாட்சி. அவர்கள் ஞானத்தை வரமாகப் பெறவில்லை. தேடுதலிலும் கற்றலிலும் கண்டடைந்ததை எப்படி மறந்தோரோ பேரரசரர் அசோக். நினைவில் வைத்துக்கொள்ள சாதாரண அசோக் அல்லவே. இப்போது இருப்பவர் பேரரசர் அசோக் அல்லவா.

தேவி வார்த்தைகளால் கொல்லாதே நான் என்ன செய்ய? சொல். சொல். அரசு வேண்டாம். மணிமுடி வேண்டாம்.

எல்லாவற்றையும் துறந்துவிடவா பரிபூரண சமணனாக வந்து நிற்கவா? என்றான் அசோக்.

தேவி மீண்டும் சிரித்தாள். பேரரசர் இப்போதும் சமணத்தைத் தவறாகவே புரிந்துகொண்டுள்ளார். சமணம் என்பது துறவிகளுக்கானதென்று. இந்த பூமி எப்படி சகல உயிர்களுக்காக இயங்கிக் கொண்டிருக்கிறதோ அப்படி சமணமும் ஓர் இயக்கம். தொடர்ச்சி. அது அனைத்து உயிர்களுக்குமானது. மன்னனாக இருப்பவன் பேரரசனாக இருப்பவனும் சமணனாக அறவாணனாக இருக்கமுடியும். அதைப் புரிந்துகொண்டு அரசனாகவே இருக்கலாம். அதோடு அன்பும் கருணையும் மிக்கவனாக மாறவேண்டும் என்பதே என் தேவை. நீங்கள் மாறுவீர்கள். காலம் மாற்றும். அது கற்பிக்கும். அப்போது

உங்களைத் தேடி நானே வருவேன். உங்கள் கைகளில் படிந்த பாவத்தைக் கழுவ உங்களோடு சேர்ந்து நம் பிள்ளைகளும் துணை நிற்பார்கள். அதுவரை பேரரசன் அசோக்கின் பிள்ளைகளாக அல்ல, சாதாரண சமணப்பள்ளி மாணவர்களாக அவர்கள் வளரட்டும். வருகிறேன் என்று நடந்தாள் தேவி.

அசோக் அவள் நடந்துபோன பாதையையே பார்த்துக் கொண்டிருந்தான். அவன் மனதில் எல்லாம் பெருமை பேரும் மிக்க நந்தர்கள் என்ற நாகர்கள் உருவாக்கிய அரசு தன் தாத்தா, அப்பா என்ற மௌரியர்களான நாகர்களால் வளர்க்கப்பட்ட பேரரசு அழிந்துவிடக் கூடாது. இது நந்தர்களின் அரசோ மௌரியர்களின் அரசோ அல்ல. பூர்வ பழங்குடிகளான நாகர்களின் அரசு. நாம் இரு அரசுமே நாகர்கள் என்ன பூர்வ பழங்குடிகளின் அரசு. இருவரும் சகோதரக் குழுக்கள். ஒன்றை ஒன்று அழிப்பதல்ல. ஆரியம் என்ற நச்சு கலக்காமல் காப்பதே முதற்கடமை. ஆரியவேதம் என்ற மனிதகுலத்திற்கு எதிரான ஒன்று பரவிடாமல் இருக்கவே தன்னைத் தந்தை அரசனாக்க விரும்பினார். மௌரியத்தைக் காப்பாற்ற ஆணையிட்டார். நாம் தேவியைத் தேடியல்ல, மௌரியத்தைத் தேடியே போக வேண்டுமென்று முடிவு செய்தார். அரமண்மனைக்குச் சென்றார். அன்னையின் அன்பில்லாத வாழ்க்கை, தேவியில்லாத தனிமை, பிள்ளைகளைப் பிரிந்திருக்கும் வெறுமை எல்லாம் சேர்ந்து அசோக்கை ஏதேதோ செய்தது.

ஒருபுறம் சுற்றியுள்ள நாடுகளைத் தூண்டிவிட்டு ஆரியர்கள் மௌரியப் பேரரசை வீழ்த்தச் செய்யும் நெருக்கடி, அரண்மனைக்குள் இருக்கும் உளவாளிகள் எல்லாவற்றையும் மீறி அசோக் பேரரசைக் காக்க வேண்டும். எடுத்தான் தன் வாளை. சந்தேகிப்பவர்கள் எல்லோரையும் அரண்மனையில் வெட்டி எறிந்தார். தாத்தாவின் எல்லையை விடவும் தந்தையின் ஆட்சியில் தேசம் இருந்த தூரத்தை விடவும் மௌரியப் பேரரசு விசாலமாக வேண்டும். சுற்றியிருக்கும் நாடுகளின் மீதெல்லாம் யுத்தத்தை அறிவித்தார். யுத்தம், யுத்தம், எங்கும் யுத்தம். தனிமையின் வெறியும் மௌரியத்தைக் காக்கவேண்டுமன்ற ஆசையும்

அவரைத் துரத்தியது. வெற்றிமேல் வெற்றி பெற்று வந்தார். எட்டு ஆண்டுகள் ஆரியர்கள் எந்த சிற்றரசோடு சேர்ந்து சூழ்ச்சி செய்து மௌரியத்தை வீழ்த்த நினைத்தாலும் அதை அறிந்துகொண்டு அங்குப் போரிட்டு மௌரியத்தோடு இணைத்தார். போரும் இரத்தமுமே அசோக்கை நிரப்பிக் கொண்டிருந்தது.

இப்போது அவருக்கு எதிர்பாராத திசையில் இருந்து ஒரு ஆபத்து சூழ்ந்திருந்தது. ஆம், மௌரியத்தை வீழ்த்தி தங்கள் வைதிக வேதத்தை தேசமெங்கும் நிலைநாட்ட ஆர்யர்கள் இப்போது கலிங்க நாட்டினை தன் கைப்பாவையாக்கி யுத்தத்திற்கு தயாராகிக்கொண்டிருந்தனர். ஆரியர்களுக்கு எங்கும் தேசங்கள் இல்லை அவர்கள் அரசைத் தன் கட்டுப்பாட்டில் வைத்துக்கொண்டு தனது அதிகாரத்தை நிலைநாட்டும் சூழ்ச்சிக்காரர்கள். நந்தர்கள், நாகவம்சத்தினர் தான் அவர்களை அழிக்க மௌரியர்கள் என்ற நாகர் இனக்குழுவையே தயார் செய்தனர். அடுத்தது கலிங்கநாட்டு மன்னரை தன் சூழ்ச்சிக்கு பயன்படுத்தத் தயாராகிவிட்டனர்.

அசோக் மனிதகுலம் சந்தித்திடாத பெரிய மிகப்பெரிய யுத்தத்திற்கு தயாராகிக் கொண்டிருந்தார். கலிங்கப்படையும் பலம்கொண்ட மௌரியப் படைகளுக்கு இணையானதாகவே இருந்தது. நான்கு லட்சத்திற்கும் மேற்பட்ட படைவீரர்களோடு மௌரியப்படை கலிங்கத்தை நோக்கிச்சென்றது. யுத்தம் ஆரம்பமாகியது. வேதங்கள் ஓதும் வேதியர்கள் அசோகன் அழியவேண்டும், மௌரிய சாம்ராஜ்யம் வீழவேண்டும் என்று யாகங்களும் வேத மந்திரங்களும் ஓதத்தொடங்கினர். கலிங்கப்படையை சில ஆரிய மூத்த ஆலோசர்கள் வகுத்துக்கொடுத்த திட்டத்தோடு அசோக் எதிர்த்து சண்டையிட்டது. தொடர் யுத்தம் தொடர் யுத்தம். ஒவ்வொருநாள் முடிவிலும் ஆயிரம் ஆயிரம் உயிர்கள் கொல்லப்பட்டன. அசோக்கிற்கு நாட்கள் செல்லச்செல்ல யுத்தவெறி கூடிக்கொண்டே போக வெட்டியெறிந்தான்.

எதிரிப்படைகளின் இரத்தத்திலேயே தினமும் குளித்து எழுந்தான். வைதிய ஏற்றத்தாழ்வு ஒரு முறை இந்த

மனிதகுலத்திற்குள் பரவிவிடக்கூடாது என்ற கோபம், தனிமையின் துயரம் தாயை விட்டு விலகியதன் வலி, தன்னை தேவியும் பிள்ளைகளும் வேண்டாமென்று ஒதுக்கியதன் வெறுப்பு எல்லாம் சேர்ந்து அவனை கொடுமைக்காரனாகவும் வேட்டை மிருகமாகவும் மாற்றியிருந்தது. கலிங்கத்தின் வெற்றியே மௌரியத்தை, சமணத்தை நாகர்களை ஒடுக்க நினைத்த ஆரியர்களின் சூழ்ச்சியை அழிக்க ஒரே வழி என்று அசோக் நினைத்தான். மூன்று மாதங்களாய் ஆயிரம் ஆயிரம் மரணங்களுக்குப்பின் கலிங்கம் சிதைந்து பாதி வெந்து கிடந்தது. மௌரியப்படை இப்போது கலிங்கத்தின் கோட்டையைக் கைப்பற்றியது. எங்கும் வெற்றி. வெற்றி. மௌரிய வரலாற்றில் சந்திரகுப்தர் இதுவரை சந்திந்திடாத மாபெரும் தேசமான கலிங்கத்தைக் கைப்பற்றிவிட்டான் அசோக்.

பிந்துசாரர் தன் ஆட்சிக்காலத்தில் செய்திடாத வரலாற்று யுத்தத்தை அசோக் செய்து வெற்றி பெற்றுவிட்டான். சிறுவயதில் தன் தாத்தாவும் அப்பாவும் அடையாத புகழை, பெறமுடியாத வெற்றியை அவர்களின் பெயரையே வரலாறு மறந்து தன் பெயரை எழுதுவேண்டும் என்ற ஆசையை அவன் நிறைவுசெய்தான். அவனுக்குள் ஆணவம், செருக்கு கூடியது. நரம்பெல்லாம் மின்னல்கீற்றைப்போல் மாறி இருமாப்பு கூடி அவனைத் தானே எல்லாம் என்ற எண்ணம் வரவைத்தது. யுத்தம் முடிந்த கையோடு வீழ்ந்து கிடக்கும் எதிரிகளின் படைவீரர்களை மிதித்து அந்த ஓலத்தைக் கேட்டுக்கொண்டே கலிங்கநாட்டுக் கோட்டைக்கு சென்று தன் மௌரியக் கொடியை நடவேண்டுமென்று நினைத்தான். நடந்தான்.

வெட்டப்பட்ட தலைகளும் கைகளும் துடிக்கும் உயிர்களும் அவன் காலடியில் மிதிபட நடந்தான். ஏதோ சத்தம் கேட்டது. ஒரு பத்து பதினைந்து பேர் மொட்டையடிக்கப்பட்ட தலைகள், ஆரஞ்சு வண்ண உடைகள். எல்லாரும் பௌத்தத் துறவிகள். அந்த வழியாக நடைபயணமாக எங்கோ சென்று கொண்டிருந்தவர்கள் இந்த யுத்தகளத்தில் உயிர்கள் துடிப்பதைக் கண்டு மருத்துவ உதவி செய்து கொண்டிருக்கிறார்கள். துடித்துக் கொண்டிருப்பவர்களுக்கு

தண்ணீர் கொடுத்தும் காயங்களுக்கு கட்டுப்போட்டுக் கொண்டும் இருந்தனர். அசோக்கின் பின் அவனுடைய தளபதிகள் சிலர் நடந்துவர அசோக் நடுநிலை நாயகனாக நடந்து வந்தார். பௌத்தம் என்பதும் பௌத்தத் துறவிகள் என்பதும் அசோக்கிற்கு புதியதல்ல. அசோக்கின் அரண்மனையில் சமணத் துறவிகளும் பௌத்தத் துறவிகளும் எப்போதும் வருதும் போவதுமாக இருப்பார்கள். ஆனால் அப்போதெல்லாம் பெரியதாகத் தெரியவில்லை. இப்போது பௌத்தத் துறவிகளைப் பார்த்ததும் வியந்துபோய் நின்றான் அசோக்.

காரணம் துறவிகளில் ஒரு இளம்துறவி தன் மகன் மகேந்திரனின் வயது இருக்கும் அல்லது ஒன்றோ இரண்டோ கூடக்குறைய இருக்கும். அந்த இளம்துறவி அங்கும் இங்கும் ஓடிக்கொண்டும் மருத்துவ உதவிகள் செய்துகொண்டும் இருந்தான். அவனின் வேகமும் பரிதவிப்பும் ஒவ்வொருவரையும் காப்பாற்றிவிட வேண்டும் என்ற முனைப்பும் அசோக்கை ஈர்த்தது. துடித்துக்கொண்டிருக்கும் ஒவ்வொருவருக்கும் அவன் மனம் அழுது வெளியேறும் கண்ணீரைத் துடைத்துக் கொண்டே அவன் சேவை செய்து கொண்டிருந்தான். அதையும் தாண்டி அசோக்கை அவனை நோக்கி ஈர்த்த ஒன்று அவன் தன் தாத்தா சந்திரகுப்தரின் மறுபிறவிபோல் தெரிந்தான். ஆம் சந்திரகுப்தரே நேரில் வந்தது போல் இருந்தது. அசோக்கிற்கு தன் தாத்தாவிடம் கண்ட பேரரசருக்கான மிடுக்கும் பேரழகும் எதையும் எதிர்கொள்ளும் பேராற்றலும் கண்டான். அதேநேரம் கடைசி காலத்தில் தாத்தாவிடம் இருந்த கருணையும் பேரிரக்கமும் போரே வேண்டாமென்ற கருணையும் இவனிடம் இருந்தது.

இப்போது அசோக்கிற்கு எண்ணமெல்லாம் நேரில் தாத்தாவே வந்துவிட்டார். அவரின் வாளை அவரிடம் கொடுத்து நீங்கள் வாழும் காலத்தில் உங்களால் உருவாக்க முடியாத பரந்துபட்ட பேரரசை நான் உருவாக்கிவிட்டேன். நீங்கள் வென்ற தேசங்களைவிட நூறு மடங்கு அதிகம் வென்றுவிட்டேன். நீங்கள் செய்த போரின் எண்ணிக்கையை விட என் யுத்தங்கள் அதிகம். உங்கள் பெயர் வரலாற்றில் எழுதப்பட்டதை விட

என் பெயரே வரலாற்றில் அதிகம் எழுதப்பட்டுவிட்டது. இப்போது ஏற்றுக்கொள்ளுங்கள். சின்ன வயதில் நான் உங்களின் புகழில் வாழாமல் உங்களுக்கே புகழ் சேர்ப்பேன் என்பதை சாத்தியமாக்கிவிட்டேன் என்று அந்த இளம் துறவியிடம் சொல்ல வேண்டும் போலத் தோன்றியது.

அசோக் அந்த இளம் துறவியிடம் சென்றான். துறவியோ அரசனைக் கண்டு கொள்ளாமல் உயிர்களைக் காப்பாற்றவே ஓடிக்கொண்டிருந்தான். அசோக் அழுத்தமான குரலில் இளம் துறவியே நில். நீ யார்? உனக்கும் எனக்கும் என்ன உறவோ தெரியவில்லை. என் தாத்தாவின் மறுபிறப்போ என்றும் தெரியவில்லை. ஆனால் இந்த மாபெரும் வெற்றியை என் தாத்தாவிடம் தெரியப்படுத்த வேண்டும் போல் தோன்றியது.

தானே மாவீரன் என்று வரலாற்றில் எழுத வந்த மாவீரரே, எங்களை விடவும் வரலாற்றில் மாவீரன் உங்கள் பேரன் நான் என்று கம்ரமாக அவரிடம் சொல்ல வேண்டும். இதோ சொல்கிறேன். நான் மாவீரன் மௌரியப் பேரரசைக் காப்பாற்றி அதை பூமியில் எங்கும் இல்லாத பேரரசாக வளர்த்து உயர்ந்த புகழோடு கட்டமைத்த பேரரசன் உன் பேரன் என்று இளம் துறவியிடம் சொன்னான். ஆனாலும் எதையும் நின்று கேட்காமல் ஓடி உதவிக்கொண்டிருந்த துறவியைக் கண்டு அசோக்கிற்கு கோபம் வரவே தன் வாளை எடுத்து பேரரசன் பேசுவதைக்கூட கேட்காமல் இருக்கிறாயா? உன்னை அழித்துவிடுகிறேன் பார் என்று வாளை தலையை நோக்கி ஓங்க துறவி நிமிர்ந்து பார்த்தான்.

அசோக் அப்படியே செயலற்றுப்போனான். காரணம் அது அவன் தாத்தா சந்திரகுப்தர் தான். அதே அச்சமில்லாத பார்வை, அதே நிதானம், அதே துணிவு, அதே நேரம் எல்லாவற்றையும் மிஞ்சிய கருணையான முகம். வாளைக் கீழே நழுவவிட்டான். தாத்தா என்றான்.

இல்லை இல்லை. நான் வயதில் சிறியவன். நான் எப்படி உங்கள் தாத்தாவாவேன்? நீங்கள் தள்ளி நின்றால் நான் என் கடமையைச் செய்ய எளிமையாக இருக்கும் என்றான் துறவி.

அசோக் துறவியின் முன் மண்டியிட்டான். இது என்ன சோதனை? காலமே யார் இவன்? இவனுக்கும் எனக்கும் என்ன பந்தம்? என்ன பாடம் கற்பிக்கக் காத்திருக்கிறாய் காலமே? என்று கண்ணீர்விட்டான் அசோக்.

அசோக் அசோக் என்ற குரல் கேட்க மெல்லப் பார்த்தான். அது உபகுப்தரின் குரல். வயது முதிர்ந்த பௌத்த துறவி. பலமுறை அரண்மனைக்கு வந்துள்ளார். அவரும் தந்தையும் நெருங்கிய நண்பர்கள்.

பிக்குவே நான் ஏன் இவனிடம் மண்டியிட்டேன்? இவனைப் பார்த்ததும் ஏன் என் கண்கள் கலங்கியது? இவனை பெரும்படைகளையே அழித்து வெற்றி கொண்ட பேரரசனுக்குப் பேரசனால் கூட ஒன்றும் செய்ய முடியாமல் போனது ஏனோ? என்று அசோக் அழுது புலம்பினான்.

அசோகா நான் அவன் யார் என்று சொல்கிறேன். அதற்கு முன் நான் கேட்கும் கேள்விகளுக்கு நீ பதில் சொல். நீ போர்க்களத்திலே வெற்றிபெற்று எதிரிநாட்டுப் படைகளை அழித்து உன் படைவீரர்களையும் தளபதிகளையும் தோற்ற நாட்டின் அரண்மனைக்கு அனுப்புகிறாய். அங்கே உன் மௌரியக் கொடியான மயில் கொடியை நட்டு உன் அதிகாரத்தின் கீழே கொண்டு வருகிறாய். நினைத்துப் பார். தோற்ற மன்னனின் அரண்மனைப் பெண்கள் கற்பழிக்கப்படுகிறார்கள் தோற்ற நாட்டு மன்னர்களின் வாரிசுகள் உயிரோடு அழிக்கப்படுகிறார்கள் அரண்மனைச் செல்வங்கள் கொள்ளையடிக்கப்படுகின்றன. அரண்மனை தீ வைத்து எரிக்கப்படுகிறது. எத்தனை எத்தனை எத்தனை சிற்றரசுகளும் பேரரசுகளும் உன்னால் இப்படி அழிக்கப்பட்டது தெரியுமா? எத்தனை பெண்கள் கற்பழிக்கப்பட்டு கந்தல் துணிகளாக தூக்கி எறியப்பட்டார்கள் தெரியுமா? எத்தனை எத்தனை இளவரசர்கள் கொல்லப்பட்டார்கள் தெரியுமா? எல்லாரையும் கொன்று அழித்து உன் சாம்ராஜ்யத்தை விரிவுபடுத்திக் கொண்டே போகிறாய். ஏதோ ஒரு போரில் நீ தோற்கடிக்கப்பட்டால் உன் அரண்மனைக்குள் புகும் வெற்றிபெற்ற நாட்டின் படையும் இதைத்தானே செய்யும். உன் பிள்ளைகள்

கற்பழிக்கப்பட்டால் என்ன செய்வாய்? தோற்றுப்போய் மாண்டுகிடக்கும் அரசர்களால் ஒன்று செய்ய முடியாமல் போனதுபோல நீயும் ஒன்றும் செய்ய முடியாதுதானே.

அசோக் ஒரு நிமிடம் சங்கமித்ரா என்று நினைத்துக்கொண்டான். உன் அரண்மனையில் உள்ளவர்கள் இப்படித்தானே அழிக்கப்படுவார்கள். நினைத்தாயா அசோகா?

அசோக் பிக்குவே நான் போரிட்டது உயரிய அறமான சமணத்தைக் காக்கவும் மௌரியப் பேரரசு விழாமல் அழியாமல் காக்கவும்தான். இதில் துளியும் என் சுயநலமில்லை.

பிக்கு சிரித்தார். எது சமண அறம் என்று இத்தனை காலமும் உனக்கு புரியாமல் போனதே அதுதான் வேதனை. சமணம் என்பது ஒரு இனத்தின் அடையாளமல்ல, அது ஒரு நிலத்திற்கானதும் அல்ல, அது யாரோ ஒரு இனத்திற்கு எதிராக உருவாக்கப்பட்டதும் அல்ல, அது அனைத்து உயிர்களுக்குமான பேரன்பு. மனிதகுலத்திற்கு ஆபத்தான வேறுபாட்டையும் கடவுள் என்ற ஒன்றைக் கொண்டு மக்களை ஏமாற்றவும் அறிவியலுக்கு எதிரான மூடக் கருத்துகளைப் பரப்பும் வேத வைதிக நெறிக்கு எதிரான அனைத்து உயிர்களையும் தம்முயிர் போல் நினைக்கும் ஒரு சித்தாந்தம், கருத்து, வாழ்வியல் முறை.

அந்த வாழ்வியல் முறை தான் சமணம். அது ஆரியம் என்றோ நாகர்கள் என்றோ பிரிப்பதல்ல. மனிதர்களை வெறுக்கச் சொல்வதல்ல சமணம். அவரவர் உள்ளத்தில் இருக்கும் வெறுப்பை அழிப்பது சமணம். நோயாளியை அழித்தால் நோய் அழிந்துவிடுமென்று சமணம் சொல்லவில்லை. நோயாளியிடம் இருந்து நோயை அப்புறப்படுத்தவே சமணம் உருவானது.. மேலும் சமணத்தை அடுத்த தலைமுறைக்கு அழியாமல் கடத்தி காப்பாத்தவே போர்களும் யுத்தங்களையும் செய்தேன் என்கிறாய். சமணம் என்பது கட்டளையின் மூலமும் அதிகாரத்தின் மூலமும் திணிப்பது அல்ல. அது பெருங்கருணை. அது ஒவ்வொரு உயிரும் உணர வழிகாட்டும் ஒரு நடைமுறை. அதிகாரத்தின் மூலம் நீ இப்போது மக்களை பின்பற்ற வைத்துவிடலாம். உனக்கு அடுத்து வருபவர்கள் வலிமையானவர்களாக இல்லையென்றால்

உன்னால் கட்டாயப்படுத்தி அதிகாரத்தின் மூலம் திட்டத்தின் மூலம் போர்களின் மூலம் திணிக்கப்பட்ட சமணத்தை மக்கள் தூக்கியெறிய எவ்வளவு நேரம் ஆகும்?

இன்னொன்றை சொல்லுகிறாய். மௌரியத்தின் புகழைக் காக்கவே யுத்தம் என்று. நீ வாழும் காலத்திலோ அல்லது உனக்குப் பின்பான காலத்திலோ நீ மற்ற சாம்ராஜ்யங்களை அழித்ததுபோல யாரோ ஒருவரால் உன் சாம்ராஜ் அழிக்கப்பட்டால் மௌரியம் எப்படித் தொடரும்.

அசோக் இடிந்துபோய் நின்றான். பிக்குவே நான் புரிந்துகொண்டேன். ஒருவேளை நான் தோற்றிருந்தால் என் குடும்பம் அழிக்கப்பட்டால் நான் உயிருக்கு உயிரான சங்கமித்திரையையும் மகேந்திரனையும் நினைத்தாலே அச்சம் உயிரை வதைக்கிறது. எனக்குப்பின் வருபவர் சமணத்தை காப்பாற்ற மறந்துவிட்டால் எதையும் போரின் மூலம் ஆயுதத்தின் மூலமும் அச்சுறுத்துதல் மூலமும் அதிகாரத்தின் சட்டத்தின் மூலமும் கடத்தவோ காப்பறவோ முடியாது சமணத்தை. அறத்தையும் கருணையையும் மக்களின் உள்ளங்களில் இருந்தே பிறக்க வைக்கவேண்டும். அவர்களின் பண்பாடுகளில் பழக்கவழக்கங்களில் கொண்டாட்டங்களில் இருந்தே வெளிப்படுத்த வேண்டும். து நிலையானது. அதுவே வேற்றுமைக்கு எதிரான முயற்சி. அதுவே உண்மையைக் காக்கும். பிக்குவே புரிந்துகொண்டேன். ஞானம் வந்தது. அறிவு பிறந்தது.

நில் அசோகா இன்னும் இருக்கிறது. ஞானம், அறிவு, கருணை எதுவும் திடீரென உதிப்பதில்லை. அவைகள் தொடச்சியான கற்றலிலும் புரிதலிலும் தேடலிலும் இருந்தே வருகிறது. பூ என்னமோ ஒரே நாளில் ஓரிரு நொடியில் பூத்துவிடுகிறது என்று நாம் நினைக்கிறோம். இல்லை இல்லை. அது விதையில் தொடங்கி செடியாகி வளர்ந்து படர்ந்து பூக்கிறது. விதையிலிருந்தே பூக்கிற காலம் காய்க்கிற காலம் ஒன்றுக்கு நூறாய் பல்கிப் பெருகுகிற காலம் என்றே எண்ண வேண்டும். அப்படித்தான் திடீரென கிடைக்கிற அறிவு உன்னுள் நீண்ட இன்று நீ உணர்ந்து அறிவு உன்னுள் ஏற்பட்ட தொடர் கற்றல் உன் மனதுக்குள் இருந்த தொடர்ந்த

தேடல் இடையில் ஏற்பட்ட குழப்பத்தில் அது மங்கிப்போய் உன்னை யுத்தத்தின் பக்கம் திருப்பியுள்ளது. இப்போதும் அதுவே மேலோங்கி இருக்கிறது. உன் கருணையை அதுவென்று எப்போது வேண்டுமானாலும் உன்னை உணர்ச்சிவயப்படுத்தி மீண்டும் யுத்தத்தின் பக்கம் அழைத்துக்கொள்ளும். எனவே நீ தொடர்ச்சியான பயிற்சியில் இருக்க வேண்டும் என்று உபகுப்தர் கூறினார்.

ஆனால் பிக்குவே புத்தர் கூட அசோக மரத்தில் திடீரென பெற்ற ஞானத்தால்தானே உலகையே நல்வழிப்படுத்தும் ஒரு மார்க்கம் உண்டானது.

பிக்கு சிரித்தார். அசோகா புத்தரின் ஞானம் என்பது திடீரெனக் கிடைத்ததில்லை. அவர் வானத்து தெய்வத்திடம் ஒரே நாளில் வரமாகவும் பெறவில்லை. புதையலைப் போல எங்கோ இருந்ததைக் கண்டுவிட்டு அதைத் தனதாக்கவில்லை. வேறு யாரும் தன் மேலாடையைக் கழட்டித் தருவதுபோல ஒரு நொடியில் அவர்களின் ஞானத்தை புத்தருக்குக் கொடுக்கவில்லை. அப்படி தவத்தின் மூலமோ யாகத்தின் மூலமாகவோ வரமாகவோ புதையலாகவோ ஞானம் கிடைக்கும் என்று எப்போதும் புத்தம் போதிப்பதில்லை. காரணம் புத்தர் ஞானத்தைத் தேடினார். எல்லாவற்றையும் தனக்குள்ளே நீண்டநாள் தொகுத்தார். ஏன், எப்படி, எதற்கு என்று கேள்வி கேட்டார். விவாதித்தார். அவற்றின் மூலத்தை மெய்ப் பொருளைக் கொண்டு அளவிட்டார். எதையும் இயற்கை விதியோடு விஞ்ஞானத்தோடு சாத்தியமா என்று ஆராய்ந்தார்.

இப்படி ஒவ்வொரு காலத்திலும் ஒவ்வொரு இடத்திலும் சேகரித்தவற்றை தொகுத்து ஆராய்ந்தார். அப்போது எல்லாவற்றிற்குமாக ஒரு விடை கிடைத்தது. அதுதான் கடவுள் ஒரே நாளில் எல்லாம் படைத்தார் என்பது பொய். நீண்ட நம்பப்பட்ட பரப்பப்பட்ட பொய். அதுவும் நொடியில் ஏற்படாது. இயற்கையின் மாற்றங்களும் பரிணாமங்களும் காலமுமே எல்லாவற்றையும் தீர்மானிக்கிறது என்ற உண்மை அவர் தனக்குள் நீண்ட நாள் தேடியவற்றை தன் மனதுக்குள்

தொகுத்து பகுத்து விடைகாண ஓரிடத்தில் அமர்ந்தார். அதுவே போதிமரம்.. போதிமரம் ஒரு விஞ்ஞானக்கூடம். அவ்வளவே. அவர் பெற்ற அறிவே போற்றுதலுக்குறியது . போதிமரம் ஒரு குறியீடு. அவர் கண்ட ஞானத்தை மக்களுக்கு விளக்க ஒரு எளிய ஓவியமே போதிமரம் என்றார் பிக்கு.

அப்படியென்றால் வானத்தில் இருக்கும் அவலோகிதர் என்பவர்தான் புத்தருக்கெல்லாம் புத்தர். அவர் காலந்தோரும் புத்தர்களை ஆசிர்வதித்து அனுப்புகிறார் என்பது உண்மையா என்றான் அசோக்.

சிரித்துக்கொண்டே பதிலத்தார் பிக்கு. அசோக் வானத்தில் இருந்துகொண்டு பூமியை யாரும் நல்வழிப்படுத்தவில்லை காலந்தோறும் தேவைக்கேற்ப புத்தர்களை யாரும் பூமிக்கு அனுப்பி வைப்பதும் இல்லை. அவலோகிதர் என்பது உலகத்தில் ஒவ்வொன்றையும் கேள்விக்கு உள்ளாக்கும் தேடுதலும் உண்மையை அறிந்துகொள்ளும் ஆர்வமும். அதையும் கடவுள் என்ற ஒன்று ஒரே நாளில் எப்படிப் படைத்திருக்க முடியும் என்ற பகுப்பாய்வும் கொண்டு தேடி ஓடிய இளைமைக்கால புத்தரே புத்தராவதற்கு முன்பான சித்தார்த்தனே. ஆம் தனக்குள் மெய்யறிவைத் தேடிய சித்தார்த்தனை அவலோகிதர் என்கிறோம். இப்படி தேடலும் ஆர்வமுமே எதையும் அறிவும் உண்மைத் தன்மையோடும் சிந்தித்து மேன்மையடைந்தாலே ஒருவன் புத்தனாக முடியும். புத்தனாவதற்கு முன் உள்ள தேடல் நிலையே அவலோகிதநிலை. ஒருவனை முதலில் தேடலில் ஆர்வமுள்ள அவலோகிதனாக்க வேண்டும். அப்படி அவலோகித தன்மை வந்துவிட்டால் அவனே தொகுத்துப் பகுத்து புத்தனாகிவிடுவான் என்பதற்கான குறியீடே அவலோகிதர் என்ற தேடலுள்ள இளவரசர் சித்தார்த்தரை சிலர் அரசகோலத்தில் வைத்துப் பின்பற்றுகின்றனர். அதுவே பிற்காலத்தில் அவலோகிதரே புத்தரை அனுப்புகிறார் என்று நம்பப்பட்டு வரலாம். பேரரசனாலும் உன் தலையில் பெரும் சாம்ராஜ்யத்தின் கிரீடம் ஏற்பட்டபோதும் இளவயதில் துள்ளலும் குறும்பும் நிறைந்த குழந்தைப்பருவத்தையே உன் தாய் நேசித்து இப்போதும் உன்னைப் பேரரசாகப் பார்க்காமல் குழந்தையாகவே

பார்க்கும் தாயைப்போல சித்தார்த்தர் ஞானம்பெற்று புத்தராலும் தங்களுடைய இளவரசரின் துடிப்பு மிக்க இளமையும் ஆர்வமுமே அவரை ஞானமாக்கியது.

எனவே எங்களோடு வாழ்ந்த சித்தார்த்தரே எங்களுக்கு போற்றுதலுக்கு உரியவர் என்ற அன்பால் உருவாக்கப்பட்ட ஒன்றுதான் அவவலோகிதர். இப்போது நீ தேடுகிறாயே நிம்மதி. எங்கே அமைதி எங்கே என்று? இதுதான் அவலோகிதம் என்றார் பிக்கு.

நான் புத்தராக முடியும் சாத்தியமா உண்மையா? யார் என்னை புத்தராக்குது என்று அசோக் துடிப்போடு கேட்டான்.

மீண்டும் சிரித்தார் பிக்கு. மேலும் பேசினார். யாரையும் யாரும் யாராலும் எவரையும் புத்தராக்க முடியாது. புத்தராலேயே ஒருவரை புத்தராக்க முடியாது. தம்மத்தாலேயே புத்தரின் தம்மத்தாலேயே அது முடியும். அந்த தம்மத்தைக் கற்று ஒவ்வொரு உயிரினத்தையும் நேசித்து கருணையை தனக்குள் வரவைத்து தன்னைத்தானே மெய்யறிவானனாக மாற்றி தனக்குள் தானே ஒளியாகி உண்மையைக் கண்டடைவதே புத்தராக ஒரே வழி. அந்தகைய மெய்யறிவைக் கண்டடைய அன்று ஒரு வழிகாட்டியாக ஆசிரியனாக புத்தர் இருந்தார். இன்றும் என்றும் வழிகாட்டியாக அவர் கண்ட தம்மம் இருக்கும். அவ்வளவே. பிக்குவாகிய ஒவ்வொருவரும் ஒரு வழி சொல்லும் ஆசிரியர் அவ்வளவே. போ போ உனக்குள் தேடி எது சரி? எது தவறு? என்று உனக்குள்ளே விவாதம் செய் உனக்கு நீயே ஒளியாய் இரு. அப்போ தீபோ பவ உனக்கு நீயே ஒளி வழி என்றார்.

பிக்குவே என்னோடு நீங்கள் வந்து சில காலம் கற்பிக்க வேண்டும். எனக்கு ஆசிரியனாக இருக்க வேண்டும் என்று அசோக் கேட்டார்.

பிக்கு சொன்னார் இதோ நீ இந்த இளம் துறவியைப் பார்த்து இவன் யாரென்று கேட்டாயே, இவனுக்கும் உனக்கும் என்ன தொடர்பு என்றாயே? உன் தாத்தாவைப் போலவே இருக்கிறான். தாத்தாவே மறுபிறப்பு கொண்டு வந்துவிட்டாரா என்றாயே?

ஆம் ஆம் பிக்குவே கூறினேன். இந்த பிக்குவைப் பார்த்ததும் எனோ ஒரு உணர்வு என்னை மீறி ஆட்கொள்கிறது.

இந்தத் துறவி யாரென்று சொல்கிறேன் கேள். அதிகாரம் கேட்டு அரசனாக வேண்டுமென்ற ஆசையில் உன் சகோதரர்களையெல்லாம் வெட்டி வீழ்த்தினாயே நினைவிருக்கிறதா? அதில் உன்மீது பேரன்பு கொண்ட சகோதரன் ஒருவன் இருந்தான். அவன் பெயர் சுமனா. அவன் அரசபதவியை விரும்பவில்லை என்றாலும் உன் சந்தேகம் அவனையும் கொன்றழித்தது. உன்னால் சுமனா கொல்லப்பட்டபோது அவனின் மனைவி நிறைமாத கர்ப்பிபினி. எங்கே உன்னால் தானும் கொல்லப்படுவோமோ என்று அஞ்சி புத்ததுறவியாக மாறியதோடு போரின் கொடுமையை ஒழிக்க தன் மகனையும் புத்தத் துறவியாக்கி பேரருளாளன் புத்தரின் போதனையை உலக மக்களுக்கெல்லாம் சொல்லி வர ஆணையிட்டுள்ளாள். அவளின் மகன் அதாவது உன் சகோதரனின் மகன் மௌரிய சாம்ராஜ்ய இளவரசன் நியாகதாரன்.. இதுவரை இந்த இளம்துறவிக்குத் தான் யாரென்ற உண்மை தெரியாது. உன்னையும் தெரியாது. ஒருவன் தனக்கு செய்த தீமையை வருங்காலங்களுக்கு சொல்லிவைப்பது பழிவாங்கும் உணர்வு. அடுத்த தலைமுறைக்கு கடத்திவிடும் என்பது அவனின் தாய் எண்ணம்..

மகனே என்று கட்டியணைக்கத்துடித்தான் அசோக். என்றாலும் அவனைத் தன் தாத்தாவாகவே பார்த்து மெய்மறந்து காலில் விழுந்து வணங்கினான். என் தாத்தாவின் போர் வழிமுறைகளையே கற்றுக்கொண்டேனே தவிர அவரின் அகிம்சாவழி பற்றிய படிப்பினையில்லாமல் வளர்ந்துவிட்டேன். இதோ இதோ அன்பின் வழியை அகிம்சாவின் வழியை கற்றுக்கொடுக்க அவரே வந்ததுபோல இந்தத் துறவியைப் பார்க்கிறேன். இனி என் வாழ்வு அன்பையும் யுத்தமில்லா அகிம்சையையும் அனைத்து உயிர்களுக்குமான உயிர்மை நேயத்தையும் எல்லோரும் புரிந்துகொள்ள வழிவகை செய்வதும் அன்பின் வழியே உன்னமானது என்பதை உலகம் அறியச் செய்வதுமே ஆகும்.

அசோக் நான் சொல்வதைக் கேள் வேத வைதீக நெறியைப்போல அதிகாரத்தைக் கொண்டு மக்களிடத்தில்

புத்தரின் தம்மத்தை திணிக்காதே. மக்களிடத்தில் தம்மத்தை எடுத்துச்செல். அவற்றின் நன்மை தீமைகளை அவர்களே ஆராயட்டும். பின் அவர்களே தேர்வு செய்யட்டும். பௌத்தம், கல்வி, மருத்துவம், அடைக்கலம், பல்லுயிர் பாதுகாப்பு, தனிமனித சுதந்திரத்தைக் கொடுப்பதே சமணத் தீர்த்தங்கரர்கள் கண்ட அறம். அதை நடைமுறைப்படுத்தி நெறிப்படுத்தி அனைத்து மக்களுக்கும் கொண்டு சேர்ப்பதே புத்த தம்மம். உலக மக்கள் எல்லோரும் ஒருநாள் தம்மத்தால் நிறைவு பெறுவார்கள். அந்த நாளும் வரும். ஆனால் அது அரசனின் கட்டளையாலோ அச்சத்தினாலோ அல்ல, புரிதலினால் வரவைப்பதே ஒவ்வொரு பௌத்தரின் கடமை.

மேலும் நீ உனக்கு தம்மத்தை போதிக்க ஒன்பது நாள் உன்னோடு நியாகதாரன் இருப்பார். அவர் ஒவ்வொரு நாளும் உனக்கான போதனைகளைச் சொல்லித்தருவார் என்று உபகுப்தர் கூற அசோக் நியாகதாரனோடு அரண்மனைக்கு நடந்தான்.

அர்த்தமற்ற ஆடம்பர கேளிக்கைகள் மக்களின் உழைப்பை அழிப்பதோடு எதிர்காலத்திற்கான சேமிப்பையும் அழித்துவிடுகிறது. பூஜைகள், பலியிடுதல், யாகங்கள் செய்வதல்ல வழிபாடு. நன்னெறியையும் நன்னடத்தையையும் கற்பதே வழிபாடு என்பதை உணர்ந்த அசோகர் பலியிடுவதற்கும் கேளிக்கைகளுக்கும் யாகங்களுக்கும் முதலில் தடைவிதித்தார். *அசோகர் அவர்களே தங்கள் அரண்மனையில் பத்து படிக்கட்டுகள் கொண்ட அமைப்பை ஏற்படுத்துங்கள். ஒவ்வொரு நாளும் நான் உங்களுக்குச் சொல்லும் செய்திகளை அதில் காட்சிப்படுத்துங்கள். அரண்மனைக்கு வருபவர்களுக்கு அது எளிதில் புரியவைக்க உதவும்* என்று நியாகதர் சொல்ல பத்துப் படிக்கட்டு வடிவிலான அமைப்பு ஏற்படுத்தப்பட்டது.

முதல் படிக்கட்டில் இந்த பூமி பிரபஞ்சம் எல்லாம் திடீரென்று கடவுளால் படைக்கப்பட்டதல்ல. ஒரே நாளிலில் எதுவும் உருவாகவும் இல்லை. பல்வேறு மாறுதல்களால் ஏற்பட்ட பரிணாமமே கடவுள் என்பதைக் குறிக்கும் விதமான பொருட்கள் படங்கள் வைக்கப்பட்டிருந்தன. இரண்டாம் படிக்கட்டில்

இந்த பூமி அனைத்து உயிர்களுக்குமானது. பல்லுயிர்ப் பாதுகாப்பே உண்மையாத தம்மம் என்பதைக் குறிக்கும் விதமாக போதிக்கப்பட்டது. மூன்றாவது நாள் போதனையில் மனிதர்கள் வெவ்வேறு சூழ்நிலைகளில் பண்பாடுகளில் பிறப்பதால் அவர்கள் வெவ்வேறானவர்கள் அல்ல. உலகம் முழுமையும் ஒரே இனமே. உலகமயமே புத்தம்.

தம்மம் ஒரு நிலத்தில் அல்லது மக்களிடத்தில் செல்கிறது என்றால் அங்கே இருக்கக்கூடிய மொழியை நாகரிகத்தை சிதைக்காமல் மொழி பண்பாட்டை வளர்க்கவேண்டும். பன்முகத்தன்மையே இயற்கை என்று நான்காம் நாள் போதிக்கப்பட்டது. பெண்மையும் தாய்மையுமே போற்றுதற்குறியது. அதை முதன்மைப்படுத்துவதோடு பெண்களே அவர்களுக்கான முடிவை எடுக்க அனுமதிப்பதும் பெண்களின் சுயசுதந்திரத்தை பாதிக்காதபடி கட்டமைக்கப்படுகின்ற பண்பாடே உண்மையான அறத்தின் வழியான பண்பாடாகும்.

ஆறாவது நாள் ஒவ்வொரு மனிதனின் நம்பிக்கையையும் சுதந்திரத்தையும் பாதுகாக்கும் படியான அரசே சிறந்தது. அதுவே அரசின் முதற் கடமையாகும். கல்வி, மருத்துவம், வேளாண்மை, அடைக்கலம், உணவு, உலகமயம், வணிகம் இவற்றைக் கொண்டு ஒவ்வொரு தம்மத்தைப் பின்பற்றுபவரின் தொழில் அமைய வேண்டும் என்பது எட்டாம் நாள் போதனையாக இருந்தது. வேளாண்மையை நீர்மேலாண்மையை அரசியலைக் கொண்டே புத்தரின் வாழ்க்கை அமைந்தது. எனவே அவற்றை புத்தர்கள் நேசிக்க வேண்டும். பத்தாம் நாள் பேரரசன் அசோகன் திக் விஜயமான யுத்த நாளை துறந்து தம்மத ஜயமான யுத்த நாளை துறந்து தம்மத்தின் வழியை தேர்வுசெய்து அதனை முழுமையாக ஏற்றுக்கொண்ட இந்த நாளில் புதிய யுத்தத்தில் இருந்து மனிதம் குலம் விலகி கல்வியின் மூலம் நன்றியை கற்று மனிதகுலத்தை மேம்படுத்தும் மனிதகுலத்திற்கு பயனளிக்கும் மனிதகுலத்தை இயங்கச்செய்யும் காலத்தின் மாற்றத்தை ஏற்று மனித குலத்தை வழிநடத்தும் புதிய புதிய தொழில்களைத்தொடங்கவேண்டும் இது தம்மவிஜயத்தின் தொடங்கும். என்று பிக்கு கூறினார். அசோக் எல்லாவற்றையும் ஏற்று உணர்ந்து முழு தம்மமானாக மாறினான்.

நாடெங்கும் மக்கள் கூடும் இடங்களில் அரசின் கடமைகள் குடிமக்களின் பொறுப்புகள் கல்வெட்டுகளாக வைக்கப்பட்டது. தனிமனித சுதந்திரம் ஒவ்வொரு மனிதனின் நம்பிக்கையையும் காப்பாற்றும் அரசாக தனது அரசு இருக்கும் என்று எல்லோருக்கும் தெரியும்படியான இடங்களில் பதிவு செய்யப்பட்டன. மக்கள் தங்கள் மன்னன் யுத்தம் தவிர்த்து தம்மத்தின் பாதையை தேர்வு செய்தநாளில் தங்களில் குழந்தைகளை கல்விநிலையங்களில் சேர்க்க புதியகல்விக்கூடங்கள் ஊர்தோறும் திறக்கப்பட்டன அந்த நாளில் அரிசி என்பது புத்தருக்கு பிடித்தமானது அவரின் வாழ்வோடு தொடர்புடையது என்பதால் நெல்லில் குழந்தைகளுக்கு நெல்லில் எழுதி கல்வி தொடங்கி வைக்கப்பட்டது. அதற்குமுன் கல்வி என்பது யுத்தகலைகளை கற்பதாக இருந்தது மாற்றப்பட்டு உலகை அறியும் அறிவியலோடு மொழி கலை என்பதை கற்கும் முறையானது. போரைத்துறந்து போர்கருவிகளை வேண்டாமென்றும் மனிதகுலத்திற்கு பயன்படும் பல்வேறு தொழில்கூடங்களை திறந்துவைக்கும் நாளாகவும் பத்தாம் நாள் பொதுமக்களுக்கு தேர்வு செய்யயட்டது. அசோகர் தான் மட்டும் யுத்தத்தை துறந்து தீக் விஜயத்தை விட்டு வெளியேறி தம்மம் என்ற விஜத்திற்கு நுழையவில்லை தன்நாட்டையே அந்த நாளில் கல்வியின் பக்கம் திருப்பினார். தொழிவளர்ச்சியே தேசத்தின் மக்களின் வளர்ச்சிக்கு உதவும் என்பதை எல்லோருக்கும் புரியவைத்தார். அவர்வழியில் போரைத்துறந்த நாளில் தொடங்கி பத்து நாட்கள் ஒவ்வொரு வீடுகளிலும் பொது இடங்களிலும் அரசு அலுவலகங்களிலும் விஜயதசமி படிக்கட்டுகள் அமைக்கப்பட்டு தம்மம் பற்றிய போதனைகளும் கல்வியின் அவசியமும் வேளாண் மற்றும் பலதொழில் வளர்ச்சியின் தேவையும் வரும் தலைமுறைக்கு கற்பிக்கப்பட்டு வரத்தொடங்கியது மேலும் ஒவ்வொரு ஆண்டும் பத்தாம்நாளில் நாடெங்கும் ஏற்படுத்தப்பட்ட பள்ளிகளில் குழந்தைகளைப்பள்ளியில் சேர்க்கும் வழக்கம் தொடங்கியது. புதிய புதிய தொழில்களை தொழிற்கூடங்களை மக்கள் அந்த நாளில் தொடங்குவதை சிறப்பாக நினைத்தனர். தம்மவிஜயம் உலகெங்கும் பரவியது.

புத்தம் சரணம் சங்கம் சரணம் தம்மம் சரணம்

5. இசக்கிகள்

குரத்திமலைக் குன்றின் அடிவாரத்தில் இருக்கிறது இசக்கி அம்மன் கோவில். இசக்கிக்கு தனிகோவில் என்று எதுவும் கிடையாது. ஆதியில் இருந்த சமணக் கோவில்களிலேயே குடியிருக்கும் மலைக்கு மேலே செதுக்கப்பட்ட அல்லது குகைக்குள் செதுக்கப்பட்ட தீர்த்தங்கரரின் சிற்பமே பின்னாளில் மஞ்சள் குங்குமம் பூசப்பட்டு பெண்போல மாற்றப்பட்டு இசக்கியாக வணங்கப்பட்டு வருகிறது அல்லது சமணப் படுக்கைகளுக்கு அருகில் கல் நடப்பட்டு அந்த கல்லினைச் சுற்றி மண்ணினால் செய்யப்பட்ட வயது வந்த பெண்ணின் உருவமாக மண்ணில் செய்த மண்சிலை இசக்கியம்மனாக வணங்கப்படுகிறது.

இசக்கி அம்மனின் வாகனம் என்பது கழுதைதான். மற்ற தெய்வங்களுக்கு தங்கள் வாகனத்தை சிலையாக வைத்திருப்பதுபோல் இசக்கி அம்மன் சிலை ஒருபோதும் கழுதையை சிலையாக வைத்திருப்பதில்லை. தனியாகவே இசக்கி இருப்பாள். கழுதை என்பது அவளுக்குப் பிடித்தமான விலங்கு. கழுதையில் தான் அவள் மலைகளையும் கம்மாய்க் கரைகளையும் ஆற்றங்கரைகளையும் ஆளில்லா வேலைகளில் சுற்றித்திருவாள் என்பது நம்பிக்கை. இசக்கிக்கு திருவிழாவோ ஆண்டில் ஒருநாள் பெரிய விசேச பூஜையோ கிடையாது. இசக்கிக்கு என்று தன்னை வணங்கும் பங்காளிகளோ குலதெய்வமாகக் கொண்ட மக்களோ கிடையாது. இசக்கிக்கு தனிப்பட்ட எந்தக்கூட்டமும் வழிபாடும் படையலும் கிடையாது. இதுவும் கூட நல்லது என்பதுபோல தான் நான் நினைக்கிறேன். ஆம், ஒரு குறிப்பிட்ட குடும்பங்களுக்கு குலசாமியாக இருந்து ஏதோ ஒரு சாதிக்கோ கூட்டத்துக்கோ சொந்தமாகி விடுவதைவிட இப்படி தனித்து விடப்பட்டு இருப்பது இசக்கிக்கு நிச்சயம் பிடிக்கும்.

மேலும் இவளுக்கு ஆண்டுக்கு ஒருமுறை கூட்டமாக வந்து கிடாய் வெட்டி படையல் போட்டு பயங்கரமான திருவிழா

எடுத்துக் கொண்டாடி மகிழ்ந்துவிட்டு பிறகு கண்டுக்காமல் தவிக்க விட்டுவிடுகிற போக்கும் இல்லை. இசக்கியை யாரும் பெரியதாக திருவிழா எடுத்து வணங்கமாட்டார்கள். வேறு எப்படி யார்தான் வணங்குகிறார்கள். இசக்கிக்கு என்று யாரும் இல்லையா இசக்கி என்ன கேட்பாரற்றவளா என்று நீங்கள் கேட்பது எனக்குத் தெரிகிறது.

எங்கள் ஊரில் வயசுக்கு வந்த பெண்களுக்கோ ஆண்களுக்கோ ஏதோ ஒரு பயமோ காய்ச்சலோ வந்தால் இசக்கி அம்மன் கோவிலுக்கு ஒரு பனையோலைப்பெட்டியில் வளையல், பொட்டு, தாவணி, பாவாடை, பவுடர், சீப்பு எல்லாவற்றையும் போட்டு இசக்கிகோவில் மரத்தில் கட்டி தேங்காய் உடைத்து மண்ணில் செய்த இசக்கி சிலையை நேர்த்திக்கடனாக வாங்கி வைத்துவிட்டு குடும்பத்தோடு சாமி கும்பிட்டு வருவார்கள். அவ்வளவுதான். மற்றபடி இசக்கிக்கு பொங்கலோ படையலோ எதுவும் கிடையாது. வயதுக்கு வந்த ஆண்களில் யாருக்காவது உடல்நிலை சரியில்லையென்றாலோ திருமணத்தில் தடையேற்பட்டுக் கொண்டிருந்தாலோ வயதுவந்த கன்னிப்பெண்களுக்கு பேய் பிடித்தாலோ திருமணத்திற்கு பயம்வந்து திருமணமே வேண்டாமென்றாலோ திருமணத்தில் தடையோ திருமணத்தின் மீது ஆசையோ இல்லாமல் இருந்தால் இசக்கி கோவிக்குப் போய் ஓலைப்பெட்டி வாங்கி இசக்கி கோவிலில் வைத்துவிட்டு வந்தால் எல்லாம் நல்லபடியாய் நடக்கும் என்பது எல்லா சாதிமக்களின் நம்பிக்கை.

இசக்கிக்கு சாதியோ ஏற்ற இறக்கமோ கிடையாது. அவள் ஆகாயத்தைப்போல எல்லோருக்குமானவள். இசக்கி என்பவள் வானத்தில் இருந்து வந்தவளோ அவதாரமோ அல்லது என்றோ வாழ்ந்த தெய்வமோ என்று எண்ணவேண்டாம். இசக்கி காலந்தோறும் உருவாகிக்கொண்டே இருக்கிறாள். அவள் ஒருத்தியல்ல. பல காலங்களில் உருவான ஒரு கூட்டுப்படைப்பு. ஆம், அவளைப் பற்றித் தெரிந்துகொள்ள ஆதி இசக்கி முதல் இசக்கியைப் பற்றி தெரிந்துவிட்டு வருவோம். பின்பு இன்று நம்மோடு இருக்கும் இசக்கி யார்? ஏன் அவள் இசக்கியானாள்? என்பதைத் தெரிந்துகொள்வோம்.

கி.பி. ஏழாம் நூற்றாண்டு தமிழகமெங்கும் எல்லா ஊர்களிலும் சமண படுக்கைப் பள்ளிகள் நிறைந்து காணப்பட்டன அந்த சமணப் பள்ளிளில் பள்ளி காலக்கட்டங்களில் பெண் சமணத்துறவிகள் தலைமை ஆசிரியர்களாக இருந்து பெண்களுக்கு கல்வி கற்பித்து வந்தனர். பெண்களுக்கு என்று தனிப்பள்ளிகள் இருந்ததோடு முழுவதும் பெண் குத்திகளே ஆசிரியர்களாக இருந்து அறம், கருணை, மருத்துவம் போன்றவற்றை மக்களுக்கும் குழந்தைகளுக்கும் கற்பித்து வந்தனர். சமணத்தின் முக்கியமான ஒன்றான மருத்துவம் இங்கிருந்தே எல்லோருக்கும் கற்பிக்கப்பட்டு அடைக்கலம் கொடுத்து அனைவரும் வாழ வாழும் முறையை அறத்தின் சிறப்பை கற்றுக்கொடுக்கும் இடமாக இருந்து வந்தது. ஆண்கள் படிக்க தனிப்பள்ளிகள் சமணத்துறவிகள் மூலம் தனியே நடத்தப்பட்டு வந்தது. ஏழாம் நூற்றாண்டு வரை சமணம் மக்களை சாதி வேற்றுமையின்றி பாலின வேற்றுமையின்றி அறிவுப்படுத்தியும் அறவழிப்படுத்தியும் வந்தது. மக்களிடம் அறத்தையும் மருத்துவத்தையும் கருணையையும் பரப்பி வந்த பெண் குத்திகள் குத்தி அவ்வை என்பவர்கள். சமணசமய பெண் துறவிகளுக்கு கொடுக்கப்படும் பொதுப்பட்டம் பொதுப்பெயர்.

அறத்தோடு கருணையோடு மக்களை வழி நடத்தியதால் பெண் சமணத்துறவிகள் இயக்கிகள் என்று அழைக்கப்பட்டனர். கருணை அறத்தைப்போதித்து அவற்றை அழியாமல் மனிதகுலத்திற்கு பயன்பட இயக்கிக் கொண்டிருப்பவர்கள் என்பதால் அவர்கள் இயக்கிகள் எனப்பட்டனர். இந்த பெண் சமணத்துறவிகள் அதாவது குரத்தி அவை என்று வாழும்போது அழைக்கப்பட்ட பெண்துறவிகள் மறைந்தபின் அவர்கள் கற்றுத்தந்த கல்வி மூலம் உலகை நல்லறவு நல்வழி நற்சிந்தனை மூலம் இயக்கிக் கொண்டிருக்கின்றனர். இறந்தவர்கள் இயக்கிகளாக போற்றப்பட்டு நினைவு கூறப்பட்டனர். இயக்கியாதல் என்பது ஒருநிலை. முதலில் சமணத்தில் துறவியான தங்கள் கல்விப்பணி மூலம் பல்வேறு செயல்களைச் செய்து மக்களை நல்வழிபடுத்தி ஞான முதிர்ச்சியடைந்து குரத்திகளாக மாறுவர்.

குரத்தி என்பது தலைமைப்பொறுப்பு, தலைமை ஆசிரியர் நிலை. குரத்தியானபின் பள்ளியை வழிநடத்தி செம்மையுறச் செயல்பட்டு

பின் வயது முதிர்ந்தவுடன் அடுத்த நிலையில் உள்ள குரத்திகளிடம் பள்ளியை ஒப்படைத்துவிட்டு உண்ணா நோன்பிருந்து இயற்கையோடு கலப்பர். அதாவது உண்ணா நோன்பிருந்து இறப்பர். உண்ணா நோன்பிருந்து இறப்பவர்கள் இயக்கியாக போற்றப்படுவர். வணங்கப்படுவர். இயற்கை மரணமடைந்தவர்கள் இயக்கி என்ற நிலையில் வைக்கப்படமாட்டார்கள். இந்த இயக்கிகள் கற்றுக்கொடுத்த கல்வி, அறம், மருத்துவம் அடுத்த தலைமுறைக்கும் அழியாமல் கடத்தப்பட இயக்கிகள் துணையாக இருந்து ஆசிர்வதிப்பார்கள். குரவன் கணியன் வள்ளுவன் அடிகள் என்பதும் சமணத்துறவிகளின் பொதுப் பெயர்களே.

பட்டினிக்குரத்தி என்ற சமணப் பெண்துறவி வந்தவாசி அருகே ஆயிரத்திற்கும் மேற்பட்டோர் படிக்கும் பள்ளிக்கு தலைமையாசிரியராக இருந்துள்ளார். விளபாக்கத்தில் சமணத்துறவியான குரத்தி ஒருத்தி மிகபெரிய பெண்கள் பள்ளியொன்றை நிறுவி நிர்வகித்து வந்துள்ளார். குரத்தி, குரவன், வள்ளுவன், அவ்வை, கணியன் என்பதெல்லாம் சமணத்திற்கானது. இப்படியான காலக்கட்டத்தில்தான் திருஞானசம்பந்தர் என்ற ஒரு ஆரியனின் மூலம் கூன்பாண்டியன் என்ற பாண்டிய மன்னன் சமணத்தில் இருந்து ஆரியவேதிய சமயத்திற்கு திட்டமிட்டு மாற்றப்படுகின்றான். மாறிய மன்னன் முதலில் செய்த கொடுங்செயல் சமணப்பள்ளிகளை அழிக்கிறான். தலைமையாசிரியர்களாக இருந்த ஆண் துறவிகளை கழுவேற்றிக் கொல்கிறான். பெண் துறவிகள் பலர் உயிரோடு எரிக்கப்படுகின்றர். சமணப்பள்ளிகள் எல்லாம் சைவ மடங்களாக மாற்றப்படுகின்றன. பெண் கல்வி மறுக்கப்படுகிறது. மீண்டும் சாதியமுறை கடுமையாகப் பின்பற்றப்படுகிறது. தீர்த்தங்கரர்கள் சிற்பங்கள் தீர்த்தங்கர்கள் சிலைகள் சிதைக்கப்படுகின்றன. பள்ளிகளெல்லாம் சைவர்களான ஆரியவேதிய மதத்தை ஆதரித்த சமூகங்களின் கையில் ஒப்படைக்கப்படுகிறது. சமண அறத்தை சமண மதத்தின் உயரிய நெறிகளைத் திருடி சைவம் என்ற ஒன்று கட்டமைக்கப்படுகிறது.

என்றாலும் குரத்திகள் மூலம் கல்வி, மருத்துவம், அறத்தையும் கற்றுப் பயன்பெற்ற மக்கள் இயக்கிகளைப் போற்றவும் வணங்கவும்

தவறவில்லை. அவர்கள் போற்றினார்கள். குரத்திகள் உயிரோடு எரிக்கப்பட்ட இடத்தில் அவர்கள் ஆன்மாக்கள் இயக்கியாக மாறி வாழ்ந்து வருவதாக நம்பினார்கள். இயக்கி வழிபாடு தோன்றியது. பின்னாட்களில் இயக்கியே இசக்கி என்று சொல்லப்பட்டாள். இசக்கி வழிபாடு தொடக்கம். காலம் காலத்தால் பள்ளிகள் அழிக்கப்பட்டபோதும் இயக்கிகளாக குரத்திகள் காற்றோடு காற்றாகக் கலந்தபோதும் இயக்கிகளை காலமும் மக்களும் மறக்கவில்லை. இயக்கிகள் கற்றுக்கொடுத்த மருத்துவமும் கல்வியும் மக்களிடம் இயக்கிகளை நினைவு கூறவே மக்கள் இயக்கிகள் வாழ்ந்த மலையடிவாரங்கள் பள்ளிகள் நீர்நிலைகளில் வழிபாடு செய்து வந்தனர். யாராவது பூப்பெய்தினாலோ திருமணம் நிச்சயக்கப்பட்டாலோ இயக்கிகள் வாழ்ந்த இடத்தில் வணங்கி அவர்கள் வாழ்ந்த இடத்தில் பிடிமண் எடுத்துவந்து தினமும் நெற்றியில் பூசி வழிபட்டனர். இப்படித்தான் சமணம் மக்களிடம் அரசுக்கு எதிராகத் தொடர்ந்து நடைமுறையில் இருந்தது.

இசக்கிக்கு உருவம் கிடையாது. ஏனென்றால் இசக்கி என்பவள் ஒருத்தியல்ல. பல்வேறு காலகட்டங்களில் வாழ்ந்து வடக்கிருந்து உண்ணா நோன்பிருந்து மறைந்த பல துறவிகளின் குரத்திகளின் மொத்தத் தொகுப்பு பின் எப்படி இசக்கிக்கு அதாவது இயக்கிக்கு உருவம் வந்தது. பல நூற்றாண்டுகளாக உருவமற்று கல் நடப்பட்டோ சூலம் நடப்பட்ட இசக்கிக்கு உருவம் வந்தது. உருவமற்ற அருவமான இசக்கி உருவமாக உருக்கொண்டது. ஜமின்கால ஆட்சிமுறையில் தான். தேவதாசி மரபில் பெண்ணால் தான் இசக்கிக்கு உருவம் வந்தது.

அன்றைய காலத்தில் ஜமீன்கள் பருவம் வந்த தேவதாசிப் பெண்களுக் காண அந்த மக்கள் வாழும் பகுதிக்குச் சென்று வருவர். அப்போது அங்கு இருக்கும் பெண் குழந்தைகளை பிடித்துவிட்டால் அவர்கள் வீட்டிற்கு வேலையாட்கள் மூலம் தங்கள் ஜமீனுக்கு உரிய வாளை ஒரு வெள்ளித்தட்டில் வைத்து அந்த வீட்டிற்குக் கொடுத்து அனுப்புவர். அதைப் புரிந்துகொண்டு ஜமீனுக்கு தங்கள் வீட்டுப்பெண்ணை மணப்பெண்ணாக அலங்கரித்து அனுப்பி வைப்பர். அரண்மனையில் இப்படி இருபதிற்கும்

மேற்பட்ட மனைவிகள் இருப்பர். இவர்களுக்கு அரண்மனையில் எந்த அதிகாரமும் இருக்காது. குழந்தை பெற்றுக்கொள்ளவும் அதிகாரம் இல்லை. மேலும் பொது நிகழ்வில் கலந்துகொள்ளவும் அனுமதியில்லை. இவர்கள் ஜமீனின் பாலியல் உறவுக்காக மட்டுமே மனைவியானவர்கள்.

ஜமீனுக்கு தேவதாசி மரபில் பிறந்த ஒரு பெண்ணை பிடித்துவிடுகிறது. அவளுக்கு பன்னிரெண்டு பதின்மூன்று வயதேதான் ஆகிறது. அவள் வீட்டிற்கு ஜமீனின் வாள் வருகிறது. ஜமீனுக்கு அறுபது வயதைத் தாண்டிவிட்டது. இது ஜமீனுக்கு முப்பத்திமூன்றாவது திருமணம் வேறு வழியில்லாமல் அவளை மனப்பெண்ணாக அலங்கரிக்கிறார்கள். அவள் அவள் வீட்டில் ஆறாவது குழந்தை. இவளுக்கு மனம் வரவில்லை. அழுகிறாள். கதறுகிறாள். அவளோ வேறொருவனைக் காதலிக்கவும் செய்கிறாள். காதல் என்றால் தன் வயதுஒத்த ஒருவனை அளுக்குப் பிடித்திருக்கிறது. அவ்வளவுதான். அது காதலா என்பதைக்கூட புரிந்துகொள்ளமுடியாத வயது. அவளைப் பொருத்தவரை திருமணம் என்றால் இருவரும் சமவயதினராக இருப்பர். இருவரும் இளமையோடு இருப்பார்கள் என்பதுதான். ஆனால் இப்படி வயதானவர்களுக்குத் திருமணம் நடந்ததைப் பார்த்ததே இல்லை. மேலும் இவ்வளவு சின்ன வயது பெண்ணோடு திருமணம் நடக்குமென்று அவளுக்குத் தெரியாது. என்ன செய்வதென்றே தெரியாதவள் இயக்கிகள் வழிபாடு நடத்தப்படும் இடத்தில் போய் தூக்கிட்டு இறந்துவிடுகிறாள். கன்னித்தன்மை இழக்காமல் ஏதோ ஒரு ஆசையில் அது நிறைவேறாமலே அவள் இறந்துவிட்டாள். அவளுக்கு பிடித்தமான பட்டுப் பாவாடை, வளையல், செந்தூரப்பொட்டு, கத்தரிப்பூ கலர் ரிப்பன் எல்லாம் ஓலைப்பெட்டியில் போட்டு மலையில் உள்ள மரத்தில் கட்டிவிட்டனர். அவள் அதை வந்து எடுத்துக்கொள்வாள். மேலும் அவள் ஆசை எதுவும் அனுபவிக்காமல் இறந்தவள். எனவே அந்த வழியாக திருமணமாகாத இளைஞர் போனால் பிடித்துக்கொள்வாள் என்ற வதந்தியும் பரவ இசக்கி இளைஞர்கள் வணங்கமுடியாத இடத்திற்கு போய்விட்டதோடு ஊரில் எந்த இளைஞர்களுக்கு உடல்நிலை சரியில்லை என்றாலும் இசக்கி

இருக்கிற பக்கம் வாட்டசாட்டமா சுத்திக்கிட்டு திரியாதடான்னா கேட்கிறயா? இப்பப்பாரு இசக்கி ஆசப்பட்டு கண்ணு வச்சுட்டாளோ என்னமோ? காலையில போயி சாமிகும்பிட்டு ஓலைப்பெட்டியும் அதுக்குள்ள மத்த பொருள்களெல்லாம் போட்டு மரத்துல கெட்டிட்டு வந்திரணும் என அம்மாக்கள் மகன்களைத் திட்டவும் அம்மாக்களால் வழிபடவும் பலிபோடவும் இசக்கி கிடைத்துவிட்டால் வயசுப்பையன் உடல் இளைச்சாக்கூட இசக்கிதான் காரணம்.

சரியா சாப்பிடாட்டி தூக்கத்தில் உளறினாலும் ஏதோ ஒரு பொண்ணை நினைத்து அவன் கையில் கீறிக்கொண்டால் கூட இசக்கி மேலேயே பழி வந்து சேர இசக்கி பாவம் என்ன செய்வாள். ஊரில் யாருக்காவது திருமணம் தாமதமானால் கூட இசக்கி இவன எங்கயாவது மலையிலயோ கம்மாயிலயோ சுத்தும்போது பாத்திருப்பா. இவன கட்டிக்க ஆசைப்பட்டுருப்பா. அதனால வேற பொண்ணுகள கட்டிக்க விடாம கல்யாணத்துக்கு தடை பண்ணிக்கிட்டே இருக்கா என்று இசக்கி காரணமாகி நின்றாள்.

பிற்பாடு அவளுக்கு மண்ணுருவம் செய்து வணங்கும் பழக்கமும் தோன்றியது. அதுவும் இசக்கி மண்சிலை சின்ன முகத்தோடு பதிமூன்று பதினாறு வயதுடைய பெண் வடிவிலே செய்யப்பட்டு வைக்கப்பட்டது. சரி அதற்குப்பின் இசக்கிக்கு கழுதை எப்போது வாகனமானது என்று தெரிந்துகொள்ள நாம் பிரிட்டிஷ் ஆட்சிக்காலம் வரை போயாக வேண்டும். போவோமா?

அப்போது காலம் பத்தொன்பதாம் நூற்றாண்டு. ஜமின்களின் ஆட்சிக்காலத்தில் தேவதாசி இனமக்கள் வாழும் பகுதிக்கு நகர்வலம் வருவார் ஜமின். அப்போது தேவதாசி மரபில் பிறந்த வயதுவந்த பெண்கள் தங்கள் வீட்டு வாசலில் வந்து நிற்கவேண்டும். அந்த வழியாகப் போகும்போது வாசலில் நிற்கும் பெண்களைப் பார்த்துக்கொண்டே குதிரை வண்டியில் செல்லும் ஜமினுக்கு ஏதாவது ஒரு பெண்ணைப் பிடித்துவிட்டால் உடனே பணியாட்கள் மூலம் அந்தப் பெண்ணின் வீட்டிற்கு ஜமினின் பரம்பரை வாள் வெள்ளித்தட்டில் வைத்து அனுப்பப்படும். வாள் யார் வீட்டுக்கு வந்து நிற்கிறதோ அந்த வீட்டுப்பெண் ஜமீன் அனுப்பிய பட்டுஉடையை அணிந்துகொண்டு அரண்மனைக்கு

வரவேண்டும். ஜமீனோடு இருந்து உடலுறவுகொண்டு தன் இனமும் தன் மக்களும் தன் வீடும் எப்போதும் ஜமீனுக்கு விஸ்வாசமாக இருக்கிறோம் என்பதை உறுதிப்படுத்த வேண்டும். அதற்கு அந்தப் பெண்ணோ அல்லது அந்த குடும்பமோ மறுத்துவிட்டால் அது ஜமீனை அவமதிக்கும் செயலாக அதற்கு பரிகாரமாக அந்த ஊரில் வாழும் மக்கள் அனைவரும் ஒன்று கூடி ஜமீன்தார் முன் வந்துநின்று அவர் காலில் விழுந்து மன்னிப்புக் கேட்பதோடு அந்த இனத்தில் பிறந்த பதினோரு ஆண்கள் அரண்மனையில் ஓராண்டுகாலம் கூலியின்றி அடிமையாக இருந்து சேவகம் செய்வதோடு மறுப்புத் தெரிவித்த பெண்ணின் குடும்பம் தங்களின் முழு சொத்தையும் ஜமினுக்கு ஈடாக தாரை வார்த்துக் கொடுக்க வேண்டும்.

அந்தப் பெண் ஜமினுக்கு வந்து ஜமின்தாரின் ஆசையைத் தீர்த்து வைத்தால் மீண்டும் அவள் குடும்பத்தோடு சேர்த்து வாழ்ந்து விரும்பியபடி யாரையும் திருமணம் செய்து கொள்ளலாம். ஜமீனில் இருந்து அவளுக்கு எந்த இடையூறும் வராது. அவள் வாழ்நாளில் எப்போதும் ஜமீனிடம் இருந்து அழைப்போ தொந்தரவோ வராது. அவ்வளவுதான். அந்த ஒருநாள் மட்டுமே அவள் ஜமீனுக்கு சொந்தம். தன் மக்கள் எப்போதும் ஜமீனுக்கு கட்டுப்பட்டு விஸ்வாமாக இருக்கிறோம் என்பதற்கான அடையாளமே அது. ஒருவேளை தனக்கு ஜமீனோடு இருக்கும் பெருமையே போதும் என்றால் அவர் ஜமீனிலேயே தங்கிக்கொள்ளலாம். ஜமீன்தாரின் அந்தப்புரத்திலோ கோவிலிலோ அவள் வாழும் காலம் முழுமையும் அங்கு சகல வசதிகளோடு இருந்து கொள்ளலாம்.

இப்படி அரண்மனையிலோ கோவிலிலோ தங்கிவிட்ட தேவதாசிகள் ஒவ்வொரு ஜமினிலும் கோவிலிலும் இருபது முப்பது தேவதாசிகள் இருப்பர். அழைப்பு வந்த அன்று ஒருநாள் மட்டும் வந்து இருந்துவிட்டு போன பெண்கள் பலர் அதன்பின் திருமணம் வாழ்க்கை, குடும்பம், குழந்தைகள் என்று அமைத்துக் கொள்வார்கள்.

இப்படித்தான் இசக்கியின் வாழ்க்கையில் விதி அதனது ஆட்டத்தைத் தொடங்கியது. அவள் பெயர் என்ன ஏது என்பது தெரியாது. இவளின் கதைக்கு முன்புவரை வேளாண்குடிகளால்

வணங்கப்பட்ட சமண இசக்கித் தெய்வம் பின்னாளில் யாரும் வேண்டாமென்று தாழ்ந்த தெய்வமாகிப்போனது. குறிப்பாக சமண பௌத்த தெய்வங்களை, பண்பாட்டை, மடங்களை, பள்ளிகளை அழித்தது. சமண, பௌத்த கோவில்கள் அதன் நிலங்கள் பிடிக்கப்பட்டன.

ஞானசம்பந்தர் காலத்து கூன்பாண்டியன் ஆட்சிக்காலம் என்பது எப்படியோ அதேபோல் தமிழ்க்குடிகள் வாழ்வில் தொடர்ந்து கொண்டிருந்த சமண பௌத்த பண்பாட்டு பழக்கவழக்கங்களை அடியோடு திரித்து அதை சிதைத்தது. பாளையக்காரர்கள் ஆட்சியில் அப்படித்தான் இயக்கிய அம்மன் என்ற வேளாண்குடிகள் வணங்கிய சமண தெய்வ வழிபாடு காணாமல் போனது. அதற்கு எந்தப் பாவமும் அறியாத இசக்கியும் ஒரு காரணமாகிப்போனாள்.

ஆம், அவளுக்கு அரண்மனையில் அழைப்பின் அடையாளமாக வாள் அனுப்பப்பட்டபோது அவள் குடும்பம் என்ன செய்வதென்பது தெரியாமல் அழுதனர். ஆனால் தன் இனத்தின் நன்மைக்காகவும் தன் மக்கள் கேட்டுக்கொண்டதன் பேரிலும் மகளை அனுப்ப முடிவு செய்தனர். இன்று ஒருநாள் மட்டும் போய் அரண்மனையில் தங்கிவிட்டு வந்ததும் நல்ல உன் மனதுக்குப் பிடித்த மாப்பிள்ளையை திருமணம் செய்து வைக்கிறோம். இது ஒன்றும் பெரிய பாவமில்லை. நம் பெண்களில் முக்கால் வாசிப்பேர் வயது வந்ததும் அரண்மனைக்குச் சென்று வந்தவர்கள்தான். அதை அடுத்தநாளே கெட்ட கனவாக நினைத்து மறந்து வேறு வாழ்க்கையைத் தொடங்கிவிடும் என்று சமாதானம் செய்தனர். அத்தை, சித்தி, பாட்டி, உன் அம்மா, உன் மூத்த சகோதரி, உன் தோழியின் அக்கா என்று எல்லோரும் அவர்கள் வாழ்ந்த காலத்தில் இருந்த ஜமின்தார்களால் அழைக்கப்பட்டவர்கள் என்றனர்.

எல்லோரும் சமாதானம் சொல்லவே சம்மதித்து சரியென்றாள். நாளை போவதாக வாக்குறுதி கொடுத்தாள். அரண்மனைக்கு நாளை அனுப்புவதாக ஊர் மக்களால் தகவல் அனுப்பப்பட்டது. யாருக்கும் தெரியாமல் அவள் இரவு தனியாக நடந்துசென்றாள். குரத்தி மலையடிவாரத்தை வந்தடைந்தவள் அங்கு இருந்த

இயக்கியம்மன் கோவில் மரத்தில் தூக்கிட்டு பிணமாக தொங்கிவிட்டாள். ஊரே பதட்டமாகிவிட்டது அவளை இயக்கிகள் அழைத்துக்கொண்டார்கள் என்று தகவல் போனது. அவள் கன்னி கழியாமல் இயக்கிகளோடு இயக்கியாகக் கலந்துவிட்டாள் என்ற தகவல் ஜமீனுக்குப் போக ஜமீனை அவமதித்துவிட்டதாகவும் ஜமீன் கட்டளையை ஏற்று பெண்ணை அனுப்ப மறுத்த தேவதாசி மரபு மக்களை அடித்தும் வீடுகளைத் தீயிட்டும் கொளுத்தினர். மேலும் ஆண்கள் பலர் ஜமீனுக்கு அடிமைகளாக இழுத்துச் செல்லப்பட்டனர். பல இளம்பெண்கள் கற்பழிக்கப்பட்டதோடு கொல்லப்பட்டனர்.

பின்புதான் தெரிந்தது அவள் தன் வயது ஒத்த பதினைந்து வயது பையன் ஒருவனை காதலித்திருக்கிறாள். அவனைத் தவிர வேறு யாரும் அவள் உடலைப் பார்ப்பதில் அவளுக்கு உடன்பாடில்லை. பின்பு அவள் தன் இளம் காதலனோடு சேராமல் போன ஏக்கம் கன்னி கழியாமல் இருந்ததால் அவள் உடல் ஆசையோடு ஏக்கத்தோடு இறந்திருக்கிறது. எனவே ஆவியாக இந்த குரத்தி மலையடிவாரத்தைச் சுற்றி வருகிறது. இளம் வயதுப் பையன்களைப் பார்த்தால் அந்த ஆவி அவன் உடம்பில் புகுந்து அவனை அனுபவிக்கத் துடிக்கிறது. இளம்பெண்களைப் பார்த்தால் அவள் உடலுக்குள் புகுந்து தன்னுடைய ஏக்கத்தை ஏதாவது ஒரு உடலோடு சேர்ந்து தீர்த்துக்கொள்ளத் துடிக்கிறது என்று பல்வேறு கதைகள் கட்டப்பட்டு ஊரெங்கும் பரப்பப்பட்டு பரவியது.

எல்லோராலும் வணங்கப்பட்டு போற்றப்பட்டு வந்த சமணத்து இயக்கி அம்மன்கள் எல்லோரும் அஞ்சும் இசக்கியம்மனாகி விட்டாள் அந்த இளம்பெண். காலமெங்கும் கன்னித்தன்மை இழக்காத இளம்பெண்கள் விபத்திலோ நோயிலோ இறந்தால் இசக்கிகளாக அழகான மெல்லிய தேகத்தோடு அழகிய சின்ன முகத்தோடு மண்சிலைகளாக கரைகளிலும் மலையடிவாரங்களிலும் ஒத்தையடிப் பாதைகளிலும் நிற்க மண் சிலைகளாக ஆரம்பித்து விட்டனர். இளம் ஆண்கள் தனக்குப் பிடித்தமாதிரி ஒருவன் வருவான். அவனோடு வாழ

மறுபிறப்பு எடுப்பார்கள் இசக்கிகள் என்ற நம்பிக்கைகள் எல்லா இடங்களிலும் தூவப்பட்டன.

மழையில் இசக்கியின் மண்சிலை கரைந்து மண்ணோடு மண்ணாகப்போனால் அவள் தனக்குப் பிடித்தவனைக் கண்டுவிட்டாள். அவனைச் சேர எங்கோ மறுபிறவி எடுத்துவிட்டாளென நம்பப்பட்டாள். இப்படித்தான் இளம்பெண்ணை இழந்தவர்களால் சிலை வைக்கப்பட்டு பயத்தோடு வணக்கப்பட்டவளால் மேலும் இசக்கிகள் எல்லா ஊர்களிலும் உருவானார்கள்.

சரி இசக்கிக்கு கழுதை வந்த கதையைச் சொல்லியாக வேண்டும். இசக்கியும் கழுதையும் காலம் பத்தொன்பதாம் நூற்றாண்டு இந்திய விடுதலைக்காலம் அப்போது எந்த சாதி மக்கள் வாழும் கிராமமாக இருந்தாலும் அந்த ஊர்மக்கள் சார்பாக ஊர் ஒதுக்குப்புறமாக ஊர்ப் பொது இடத்தில் மூன்று வீடு ஒதுக்கப்பட்டிருக்கும். ஒன்று முடிதிருத்தும் குடும்பத்திற்கு. மற்றொன்று துணி வெளுக்கும் வண்ணார் வீடு. மற்றொன்று இறுதிச்சடங்கு செய்யும் அம்பட்டர் வீடு. இந்த மூவரும் ஊருக்கு ஒரே ஒரு குடும்பம்தான். அந்த ஊருக்கு சேவகம் செய்வது அந்த ஊர்மக்களுக்கு வேலைசெய்து அவர்களிடம் வருடக்கூலியாக நெல்லோ பணமோ அல்லது தினக்கூலியாகவோ வேலை செய்வர். அதில் வண்ணார் குடும்பம்தான் கழுதை வைத்திருப்பார்கள். அவர்கள் கழுதைகள் ஓடைக்கரையில் சுற்றித் திரியும். வெள்ளாவி போட்டு வெளிப்பது வெளுத்து வீடுகளுக்கு துணிகளைக்கொண்டு சேர்ப்பது ஒவ்வொரு வீடுகளிலும் அழுக்குத்துணியை சேகரிப்பது போன்ற வேலைகளைச் செய்வார்கள். அவர்கள் நீலமேற்றப்பட்ட துணிகளை கரையில் உலர்த்தும் அழகும் கரைகளில் சூரியஒளியில் காயும் வேட்டியும் மேகத்தை பூமிக்கு அழைத்து வந்து அழுக்கு நீக்கி மீண்டும் வானத்திற்கே அனுப்பி வைப்பதுபோல் இருக்கும்.

கரை மணலில் அவர்கள் விரித்துப் போட்டிருக்கும் நீலம் பூத்த வேட்டிகள் வெயில் ஏற ஏற ஈரமிழந்து வானத்தின் சிறுதுண்டை வெட்டி பூமியில் காய வைத்திருக்கிறார்களோ என்பது

போலத்தோன்றும். கஞ்சி போட்டு காயப்போட்ட துணிகள் வடவட என விறைப்போடு காற்றில் அடிக்கும் சத்தம் ஆற்றில் மீன்தேடி வரும் பறவைகளை அச்சப்படுத்தும். பறையின் ஓசையை ஒத்ததாக இருக்கும். வெள்ளாவியின் வாசம் கரையெல்லாம் பூக்களாய் மணக்கும். மழைவரும் நேரம் அவர்களிடம் காணப்படும் வேகம் ஆச்சர்யப்படவைக்கும். ஓரிரு நிமிசத்தில் ஓடி ஓடி காயும் வேட்டிகளை அள்ளிக் கொண்டுபோவார்கள். அது தவறிவிழுந்த வானத்தின் துண்டுகளை சுருட்டிக்கொண்டு போகும் திருட்டைப்போல இருக்கும்.

வேளாண்மை செய்பவர்கள் கணித்துச் சொல்லும் கணிப்பிற்கு சற்றும் குறைந்ததல்ல மழை எப்போது வரும் என்ற இவர்களின் கணிப்பு. புதியதாக மணமுடித்தவர்களின் துணியை வெளுக்கும்போது என்ன நினைத்துக்கொண்டு வெளுப்பார்களோ சீக்கு வந்த வயோதிகனின் துணியை எப்படிப் பார்ப்பார்களோ என்றெல்லாம் ஆற்றில் குளிக்குச் சென்ற நாங்கள் நினைத்து நினைத்து சிரிப்பதுண்டு. அந்த ஓடைக்கு வண்ணான் ஓடை என்று பெயர். வண்ணான் ஓடை தாண்டிப் பார்த்தால் சம்பக்கெடக்கு. அதை அடுத்து சக்கிலிய கேணி என்று நீண்டு ஓடும் ஓடைக்கு ஆங்காங்கே பகுதி பகுதியாக பலபேர்கள் நம் உடம்பிற்கு ஒரு பகுதியை கால் கை வயிறு பேர் வைத்திருப்பதுபோல ஒரு உடம்பாக ஓடை ஓடிக்கொண்டிருக்கிறது. அதை ஆங்காங்கே கையாய் காலாய் பேர் வைத்திருக்கிறார்கள் என்றே தோன்றும்.

எல்லாவற்றையும் கேட்டுக்கொண்டு ஓடிக்கொண்டிருக்கிறது ஓடை. சில இடங்களில் கரையில் மாடுகொண்டு சால் போட்டு வயலுக்கு நீர் இறைப்பர். சில இடங்களில் தடுப்புபோட்டு மண்சட்டியைக் கொண்டு எதிர் மீன் விழுவதற்கு ஏற்பாடு செய்திருப்பர். மேட்டுப்பகுதியில் தூண்டில் போடுவர். மணல் பகுதியில் வேட்டியைக்கொண்டு வயல்வேலை முடித்து அயிரைமீன் பிடிக்கும் தாய் தந்தை வயதை ஒத்த தம்பதிகளைப் பார்க்கலாம். இப்படி ஓடையை அழகுபடுத்த நிறைய இருந்தாலும் துணி வெளிப்பவர்கள் வளர்க்கும் கழுதைகளின் அழகே என்னை வியப்பிக்க வைத்த ஒன்றாகும்.

ஆம். எந்த ஆர்ப்பாட்டமும் இல்லாமல் ஓடைக்கரையில் ஓரத்தில் ஒரு புத்தனைப்போல துறவியைப்போல அமைதியாக நின்று கொண்டிருக்கும். அருகருகே பெரிய கூட்டமாக நின்றிருந்தாலும் அவை துறவிகளைப்போல ஒவ்வொன்றும் தனிமையாக இருப்பது போலவே அமைதியாகவே இருக்கும். ஆடுமாடுகள் ஒரு பக்கத்தில் இருக்கும். இன்னொரு ஆட்டை தொந்தரவு செய்யும் சேட்டை செய்யும். மாடுகள் கூட்டம் ஒரே இடத்தில் கொஞ்சநேரம் கூட நிற்காது. ஒன்று முட்டிக்கொள்ளும் அல்லது உடலுறவு செய்துகொள்ளும். ஆனால் கழுதைகள் பேரமைதியோட நிற்கும். அது இரை தின்னும்போது கூட ஒரு ஜென்துறவி தேநீர் அருந்தும் அமைதியைப் பார்க்கலாம். நாய்கள் போலவோ ஆடுகள் போலவோ நினைத்த நேரமெல்லாம் கூடிக்கொள்ளாது. அது கூடிக்கொள்ளுவதைக் கூட பார்ப்பது அரிது. அவ்வளவு நாகரிகத்தோடு நடந்து கொள்ளும். அமைதியான காலையை சூரிய ஒளியோடு நின்று ரசிக்கும் கழுதையின் முதுகில் படும் சூரியஒளி பட்டுப்போல மின்னும் அழகைப் பார்த்துக் கொண்டிருக்கலாம். எதோடும் சண்டையிட்டுக் கொள்ளும் பழக்கமோ முட்டிக்கொள்ளும் எண்ணமோ கழுதைகளுக்குக் கிடையாது. யாராவது ஏதாவது தன் அமைதியைக் கெடுத்தால் பின்னங்காலில் எட்டி ஒதுக்கிவிடும். அவ்வளவே. அது கூட துறவியின் நிதானம்தான்.

நம்மைத் தேடிவரும் பகையை நம்மைத் தேடிவரும் எதிர்ப்பை நம் அமைதியைக் கெடுக்க வரும் இடையூறுகளை நாம் ஏன் முட்டிமோதிப் பார்க்க வேண்டும்? அதை எதிர்த்து சண்டையிட்டு முட்டிமோதி வெற்றி பெறுவதா நம் நோக்கம்? நம்மிடம் வீம்பு செய்பவரிடம் ஏன் நம் திறமையை நேரத்தை வலிமையை வீணாக்க வேண்டும்? வேண்டாமென்று எட்டி உதைத்துவிட்டு நம் வேலையை நம் கடமை தொடர்வது கழுதைகள் நமக்கு கற்றுத்தரும் பாடமல்லவா.

குதிரைகளை விட வேகமாக ஓடி என்ன செய்யப் போகிறோம்? தன்னை நம்பியவர்களின் சுமையை நம் தோளில் தூக்கிக்கொண்டு அவர்களோடு பயணித்தால் போதாதா. உணவில் கூட பெரிய நாட்டமில்லாமல் காய்ந்த புல்லோ பச்சைப் புல்லோ எதுவும்

இல்லையென்றால் காகிதத்தைக்கூட தின்றுவிடும். ஞானம் துறவிகளுக்கு மட்டுமா? கழுதைகளுக்குமானது. கழுதைகளுக்கு எப்போதும் நீண்ட வரலாறு உண்டு. குழந்தை ஏசுவின் தாய் மரியாள் நிறைமாத கர்ப்பத்தோடு இருந்தபோது அவளை சூசையப்பரோடு தூக்கிச் சுமந்துகொண்டு திரிந்தது. நபிகள் இறக்கை முளைத்த கழுதையில் ஓர் நகரம் விட்டு இன்னொரு நகருக்கு அழைத்துச் சென்றதாக கதையும் உண்டு. இவ்வளவு ஏன் கிளியோபட்ரா கழுதைப்பாலில் குளித்தார் என்றும் அதனால்தான் பேரழியாக இருந்தாள் என்றும் சொல்லப்பட்டதையும் கேட்டிருக்கிறோம். இதையெல்லாம் கேட்க கழுதையின் பெரும் அன்பு வரவைத்தது.

சிலர் கழுதையின் குரலை கேலி செய்வதைப் பார்த்திருப்போம். ஒவ்வொரு உயிரினம் தன் இணையைக் கவர அதற்கென ஓசையை எழுப்புகிறது. இது இயற்கையின் நடைமுறை. குயில் குரலில் பாடுவதும் தவளையின் இரைச்சலும் ஒன்றுதான். குயிலின் இணைக்கு அந்த ஓசை பிடித்தமானதாக இருக்கிறது. ஆனால் கழுதையின் காதலிக்கு இந்த இசையே போதுமானதாக இருக்கிறது. அது உங்களுக்கு பிடிக்கவேண்டும் என்ற கட்டாயம் என்ன இருக்கு? தன் இனத்திற்கு தன் ஆசையை காதலைப் புரிகிற மொழியில் பேசுகிறது. அவ்வளவுதான். அது நீங்கள் வகுத்து வைத்திருக்கும் இலக்கண சரத்துக்குள் இருக்கவேண்டுமா என்ன? கழுதைகளின் பொறுமையும் தேவையில்லாத அலட்டிக்கொள்ளாத அமைதியும் எவ்வளவு பெரிய முதிர்ச்சி.

தன் வேளை வரும்போது மட்டுமே தன் சக்தியை செலவு செய்யும். மற்ற நேரங்களில் தன் சக்தியையெல்லாம் வீணாக்காமல் அமைதியாக சும்மா இருக்கும் முதிர்ச்சி நமக்கு வந்துவிட்டால் நாம் நம் வேலையில் தொடமுடியாத உயரங்களைத் தொட முடியும் என்பது எவ்வளவு பெரிய சத்தியவாக்கு.

கழுதைகளை வியப்போடு பார்த்துக்கொண்டிருக்கும் போது முதல் முறையாக கழுதைக் குட்டியோடு அவளைப் பார்த்தேன். துணிவெளுக்கும் வண்ணார் வீட்டுப்பெண். அவளுக்கு கழுதைக் குட்டியின் மேல் அவ்வளவு பிரியம். கழுதைகளை ஆற்றங்கரையில்

பார்த்துக்கொள்ளுவது தன் தாய் தந்தை துணி உலர்த்துவதற்கும் அதை மடித்துவைப்பதும் ஓடியாடி ஒத்தாசை செய்வதுமாக அவளுக்குப் பிடித்தமான வேலை. பன்னிரெண்டு பதின்மூன்று வயதுதான் இருக்கும். அவளின் துடிதுடிப்பான ஓட்டமும் நடையும் கழுதைகளை விரட்டிப் பிடிப்பதும் கழுதையை அழைக்க அவள் எழுப்பும் பிரத்தியேகக் குரல் எல்லாம் என்னை ஏதோ செய்தது. அவளுக்காகவே ஆற்றில் குளிக்கப் போனதுண்டு. நான் மட்டுமல்ல என் சகவயது ஒத்த நண்பர்களும் ஓடையில் குளிப்பதும் சாகசங்கள் செய்வதும் அவளுக்காகத்தான். எங்களுக்கு அப்போது வயது பதிநான்கு பதினைந்துதான். இப்படியாக ஓடிக்கொண்டிருந்தது எங்கள் காலமும் எங்கள் ஊர் ஓடையும்.

திடீரென அவள் வீடு தீப்பிடித்து அவளும் அவள் அப்பனும் இறந்துவிட்டதாக செய்தி ஊரெங்கும் பரவியது. எப்படி என்று எங்கள் சகநண்பர்கள் விசாரித்தபோது பின்னாளில்தான் தெரியவந்தது அந்தக் கொடூரம். ஊரில் யாராவது இளம்பெண் கன்னித்தன்மையை இழக்காமல் இறந்தால் அவள் அந்த ஆசையோடு ஆவியாக ஊருக்குள் சுற்றித்திரிருவாள். ஊரில் ஏதாவது வாட்டசாட்டமான இளைஞர்களை தன்னோடு அழைத்துக்கொள்ளுவாள். ஊரில் உள்ள இளைஞர்கள் யாருக்காவது பயம் காய்ச்சல் தனியே புலம்பல் வந்தால்கூட கன்னித்தன்மை இழக்காமல் இறந்த வயதுவந்த பெண்ணாகத்தான் இருப்பாள் என்று ஊர் நம்பியது. அதனால் நோய் வந்தோ தற்கொலை செய்தோ எதாவது வயது வந்த இளம்பெண் இறந்தால் யாருக்கும் தெரியாமல் கழுதைப் பெண்ணான ஜோதியின் அப்பாவை அழைத்துக்கொண்டு போய் இறந்த உடலோடு கொஞ்சநேரம் உடலுறவு செய்யவைத்து பின்பு உடலை அடக்கம் செய்வர்.

அதற்காகத்தான் அந்தக் குடும்பம் செய்யவேண்டிய ஊர்க்கடமை என்று அதை வேண்டா வெறுப்பாக ஊரின் நன்மைக்காக தொடர்ந்து செய்து கொண்டிருந்தார் ஜோதியின் அப்பா. தூக்கிட்டு இறந்த கன்னிகள் நோய்வாய்ப்பட்டு இறந்த கன்னிகளின் உடலோடு தனி அறையில் கொஞ்சநேரம் இருப்பார் ஜோதியின் அப்பா. அது கொடுமையிலும் கொடுமை என்றாலும்

ஊரின் நன்மைக்காக இருப்பார். உடலைக் கட்டியணைத்து முத்தமிட்டு உடல்மேல் படுப்பார். இப்படியாக அவரின் வாழ்க்கை போய்க்கொண்டிருந்தது.

ஒருநாள் ஜோதிக்கு ஏதோ தொடந்து உடல்நிலை சரியில்லாமல் இறந்துவிடவே ஊரே சேர்ந்திருந்தது. இறந்தது கன்னிப்பெண். அவளை அப்படியே புதைத்துவிட முடியாது. அவள கன்னியாவே பொதச்சா அவளோட ஆவி ஆசை தீராம ஊரில நாலஞ்சு வயசுப் பசங்களயாவது காவு கேட்டுடும். என்ன பண்ணுறது? இதையும் அவனையே செய்யவைத்து அனுப்புறதுதான் நல்லது என்றார்கள் ஊரார்கள். ஜோதியின் அப்பா அழுதார். கத்தினார். ஊரார் காலிலெல்லாம் விழுந்தார். கதறினார். ஊர்ப் பெரியவர்களோ ஏப்பா ஏன் அத உன் மகளா பாக்குற ஒரு பொணமா பாத்து கொஞ்சநேரம் படுத்து எந்திருச்சுட்டு வந்துருப்பா என்றார்கள்.

வேறு யாராவது ஏற்பாடு செய்யுங்கள்என்று ஜோதியின் அப்பா கேட்டபோது ஏப்பா இந்த வேலைக்கு யாராவது வருவாங்களா? அதுக்காகத்தானே ஊரே சேர்ந்து நெலபுலமெல்லாம் கொடுத்து உன்னையும் உன் குடும்பத்தையும் வேலைக்கு வச்சுருக்கோம். நீ இந்த ஊரு பசங்கள காத்து கருப்புல இருந்து காப்பாத்த வந்த சாமியா. இது போற ஆவிகள முழுமைப் படுத்தி அனுப்புற வேற. அத எல்லாராலயும் செய்ய முடியுமா? சொல்லு. அது சாமி உத்தரவு வைச்சுருக்குறவங்களாலதான் முடியும். வேற யாரு செஞ்சாலும் அந்த உடம்புக்குள்ள இருக்குற ஆவி அடிச்சுடும்பா என்றார்கள்.

அவரால் ஏற்றுக்கொள்ள முடியவில்லை. துடித்தார். எனக்குக் கொடுத்த நிலத்தையெல்லாம் எடுத்துக்கங்க நீங்களும் வேணாம், ஊரும் வேணாம். நாங்க எங்கையாவது போயிடுறோம் என்று கத்தினார்.

ஏய் என்னாடா நீ பேசிக்கிட்டே இருக்கே என்னமோ இது உனக்கு புதுசு மாதிரி. எத்தன வயசுப் புள்ளைங்க பொணத்த உடம்ப பாத்தவன் நீ. இது உனக்கு புதுசா என்று சொல்லி ஜோதியின் குடிசைக்குள் தள்ளி ஜோதியின் உடலோடு உள்ளே வைத்துப் பூட்டினர். கொஞ்சநேரத்தில் குடிசை பற்றி எரிந்தது.

உள்ளே போன ஜோதியின் அப்பா ஜோதியின் உடலோடு புணரத் துணிவின்றி உள்ளேயே தீயிட்டுக்கொண்டார். அந்தத் தீயில் ஜோதியின் உடலோடு அவளின் அப்பாவும் இறந்துபோனார். கன்னித்தன்மை இழக்காமல் இறந்ததால் ஜோதியின் ஆவி ஊருக்குள் சுற்றுவதாகவும் அது இளைஞர்கள் வயசுப்பையன்களை ஆசைப்பட்டு தன்னோடு அழைத்துக்கொள்வதாகவும் தொடந்து ஊரில் நடக்கும் சம்பவத்திற்கு அவளே காரணம் என்றும் சொல்லப்பட்டது.

வயசுக்கு வந்த பையன்கள் யாராவது புத்தி சுகமில்லாமல் போனாலோ உடல்நிலை சரியில்லாமல் போனாலோ ஜோதியே காரணமானாள். அவள் விருப்பப்பட்டு வளர்த்த கழுதையைத் தேடி அவள் ஆவியாக வருகிறாள். அப்போது கண்ணில் படும் இளைஞர்கள் மீது ஆசைப்பட்டு அவர்களை பைத்தியமாக மாற்றிவிடுவாள். இல்லையென்றால் அவர்களின் உயிரை எடுத்து தன்னோடு அவர்களை வைத்துக்கொள்வாள் என்று நம்பப்பட்டு அவள் கழுதையை அவள் எரிந்துபோன குடிசைப்பகுதியிலே உயிரோடு புதைக்கப்பட்டது.

பின்னாட்களில் வயதுப் பையன்கள் யாராவது உடல்நிலை சரியில்லாமல் போனால் அவனின் பெற்றோர்கள் கழுதையை வாகனமாகக் கொண்ட இசக்கியை வணங்கி எதுவும் செய்யவேண்டாம். உனக்கு மண் சிலை வைக்கிறோம். நேர்த்திக்கடன் செய்கிறோம். வயசுப்பையன் வாழவேண்டியவனை விட்டுவிடு என வேண்டிக்கொண்டனர். இப்படி சமணத்தில் தோன்றிய இயக்கி வழிபாடு இயக்கிகள் தாங்கள் கற்றுத்தந்த கல்விமூலம் மக்கள் மனதில் வாழ்கிறார்கள். அவர்கள் படைத்த கல்வியும் பள்ளியும் இந்த மண்ணில் நிலைக்கும் என்ற எண்ணம், நம்பிக்கை பிறகாலங்களில் பல்வேறு மாறுதல்களுக்குப் பின் எப்படி எப்படியோ திரிந்து இன்று இயக்கிகள் இசக்கிகளாக வந்து நிற்கிறார்கள்.

சிறுதெய்வ வழிபாடுகள் எல்லாமே சமணத்தை சேர்ந்தவையாகவோ பௌத்தத்தோடு தொடர்புடையதாகவோ இருக்கின்றன. காரணம் சமணமும் பௌத்தமுமே மக்களோடு

நெருக்கமாக இருந்தன. மக்களுக்காக இருந்தன. பின்னாட்களில் அதை ஆரிய இந்துமதம் தன்னுடையதாக மாற்றிக்கொண்டு பேய், பூஜை, பரிகாரம் என்று மக்களை ஏமாற்றித் திருடு தின்றது. மேலும் மக்கள் தங்களுடைய மரபான சமண பௌத்த வழிபாடுகளான முனி, கருப்பு, சாத்தன், முப்பிடாதி போன்ற வழிபாடுகளை பின்பற்றினரே தவிர பெருமாள், சிவன், பிள்ளையார் போன்ற கோவிலுக்குப் போவில்லை. அதை அந்நியமாகவே பார்த்தனர். எனவே அவற்றை திசைமாற்றி மக்களை தங்கள் பக்கம் இழுக்க ஆரிய கைக்கூலிகளால் சிறுதெய்வங்கள் மீது பல்வேறு கதைகளையும் பழியையும் பாவத்தையும் திணினித்தனர். சமண தெய்வங்களின் புனிதங்களை அழித்து அவற்றை ஆபத்தான பயங்கரமான தெய்வங்களாக மக்களிடம் பரப்பினர். சமணமும் பௌத்தமும் மீண்டும் வெல்லும்.

6. அவலோகிதர்...

கிபி ஐந்தாம் நூற்றாண்டு காஞ்சிபுரம்

பல்லவப்பேரரசு தெலுங்கு தேசம் கிருஷ்ணா நதி தொடங்கி தமிழகத்தின் புதுக்கோட்டை வரை பரவியிருந்தது. பல்லவர்கள் சேரர்களுக்கும் சோழர்களுக்கும் கூட கப்பல் கட்டும் தொழில்நுட்பத்தை சொல்லிக்கொடுக்கும் அளவுக்கு பேராற்றல் மிக்கவர்களாக இருந்தனர். கடல் பயணங்கள் எப்போதும் பல்லவர்களுக்குப் பிடித்தமான ஒன்றாக இருந்தது. சோழர்களின் கடல் பயணம் கரிகாலன் காலத்தில் வணிகத்தை முக்கியமானதாகவும் பிற்பாடு வந்த சோழர்களின் கடற்பயணம் தேசங்களைப் பிடிப்பதை முக்கிய நோக்கமாகக் கொண்டிருந்து. ஆனால் பல்லவர்களின் கடற்பயணம் முழுக்க முழுக்க கல்வியோடு தொடர்புடையதாக இருந்தது. காஞ்சிபுரத்திற்கு உலகெங்கும் இருந்து கல்வி கற்க மாணவர்கள் வந்துகொண்டிருந்தனர். மதுரை எப்படி முழுக்க முழுக்க சமணத்துறவிகளால் கட்டமைக்கப்பட்டதோ அப்படியே பௌத்தத் துறவிகளால் கட்டமைக்கப்பட்ட ஒழுக்கநேர்த்தி காஞ்சிபுரமெங்கும் நிரம்பியிருந்தது. கடல்வழி மட்டுமல்ல சாலைமார்க்கமாகவும் காஞ்சிபுரத்திற்கு புத்தத் துறவிகளும் பல்வேறு நாட்டுக் கல்வியாளர்களும் மாணவர்களும் வந்தவண்ணம் இருந்தனர்.

மதுரையில் காலம்காலமாகத் தொடர்ந்துகொண்டிருக்கும் பண்பாட்டு பழமை என்பது சமணத்தின் கொடை என்றால் காஞ்சியில் தொடரும் உலகளாவிய கல்விச் சிந்தனை என்பது பௌத்தனின் கொடை.

ஐந்தாம் நூற்றாண்டில் காஞ்சியை ஆட்சிசெய்தவன் மன்னன் சிம்மவர்மன். சிம்மவர்மனுக்கு மூன்று மகன்கள். உலகத்தின் அமைதிக்கும் ஒவ்வொரு மனிதனின் சுயஒழுக்கத்திற்கும் பௌத்தம் சிறந்த வழி என்பதை உணர்ந்தான் மன்னன்

சிம்மவர்மன். தான் உணர்ந்ததை உலகுக்கெல்லாம் உரைத்திட ஆசைப்பட்டான். மூத்தவனுக்கு நந்தவர்மன் என்றும் அடுத்த மகனுக்கு குமாரவிஷ்ணு என்றும் இளையவனுக்கு புத்ததர்மன் என்றும் பெயர் வைத்தான். ஆண்டுதோறும் புத்தபூர்ணிமா விழா காஞ்சிபுரமெங்கும் சிறப்பாகக் கொண்டாடப்படும். உலகின் மிகச்சிறந்த கல்வியாளர்கள் தொடங்கி உலகமேதைகள், புகழ்பெற்ற பிறநாட்டு மன்னர்கள், சமயப் பெரியவர்கள் பலர் உலகெங்கும் இருந்து வந்து சொற்பொழிவு, பட்டி மன்றம், விவாதம், அறநூல்கள் அறங்கேற்றம் என சிறப்பு செய்வர்.

காஞ்சிமடம் தமிழகத்திற்கு மட்டுமல்ல தென்னிந்தியா முழுமைக்குமான பௌத்தத் தலைமையகம் ஆகும். மடம் என்றாலே பௌத்த பிட்சுகள் வாழும் இடம் என்பதே. மடம் என்றால் பௌத்தத்தின் தம்மமான பீடத்தை பாதுகாக்கும் கற்பிக்கும் பிக்குகள் வாழும் இடம் என்பதே பொருள். மடாதிபதி என்றால் தலைமை பிக்கு என்று பொருள். பள்ளி என்றால் எப்படி சமணத் துறவிகள் தங்கி அறத்தைக் கற்பிக்கும் இடமோ அப்படி மடம் என்ற சொல் பௌத்தத்திற்கானது.

ஒவ்வொரு புத்தபூர்ணிமாவுக்கும் தலைமை ஏற்று சிறப்புரையாற்ற புகழ்பெற்ற கல்வியாளர் வருகை தருவர். இந்த ஆண்டு புத்தபூர்ணிமாவுக்கு சிறப்புரையாற்ற பிரஜனதாராவை அழைக்க விரும்பினான் சிம்மவர்மன். காரணம் பிரஜனதாரா புத்தபீடத்தின் இருபத்தி ஏழாவது தலைமை மடாதிபதி. ஆரியம் பெண்ணடிமையும் பாலினப் பாகுபாட்டையும் பின்பற்றிவந்தபோது பௌத்தத்தின் தலைமைப்பீடாதிபதியாக பெண் வருகிறாள் என்பதுதான் பௌத்தத்தின் தனித்தன்மை. பௌத்தத்திற்கு பாலின வேறுபாடோ இனப் பாகுபாடோ எப்போதும் இருந்ததில்லை என்பதற்கு பிரஜனதாரா சாட்சி. அவர் கண்ட உயரமே பௌத்தம் கண்ட உயரிய நெறிக்கு சான்று. பிரஜனதாராவின் வருகைக்காக காஞ்சியே தயாராகிக்கொண்டிருந்தது.ஆனால் ஒரு சிறுவன் மட்டும் பிரஜனதாரா பற்றி அறிந்துகொள்ளவோ தெரிந்துகொள்ளவோ விருப்பமில்லாமல் விழாவில் ஈடுபாடு இல்லாமலும் இருந்தான். மற்றவன் என்றால் கூட பரவாயில்லை அவன் நாட்டு மன்னனின்

மகன் மூன்றாம் இளவரசன் புத்ததர்மன். தன் நாட்டிற்கு வரும் பிரஜனதாராவை குடும்பத்தோடு சென்று வரவேற்க விரும்பினான் மன்னன் சிம்மவர்மன். ஆனால் புத்ததர்மனோ விருப்பம் தெரிவிக்காமல் இருந்தான். புத்ததர்மனுக்கு அப்படி என்ன கோபம் பிரஜனதாரா மீது. பிரஜனதாரா மீது மட்டுமல்ல, புத்தரின் சிலையைக்கூட பெரியதாக எண்ணிப் போற்றவோ வணங்கவோ மாட்டான் காஞ்சிபுரமெங்கும் பார்க்கும் திசையெல்லாம் இருக்கும் புத்தரின் சிலை, அரண்மனையில் பார்க்கும் இடமெல்லாம் இருக்கும் புத்தரின் சிலை, புத்த தர்மனின் அறையிலோ அவனுக்கான இடத்திலோ இல்லை. அவனுக்கான அறையிலும் அவன் பயிற்சி எடுக்கும் இடத்திலும் அவன் படிக்கும் அறையிலும் செம்பினால் செய்யப்பட்ட அவலோகிதர் சிலைகளே இருந்தன. புத்ததர்மனுக்கு அவலோகிதரே எல்லாவற்றிலும் மேன்மையானவர். சக்தி மிக்கவர். அவலோகிதர்தான் வானத்தில் இருந்துகொண்டு புத்தர்களை காலந்தோறும் அனுப்பிவைக்கிறார். அவலோகிதரே வானத்தில் இருந்துகொண்டு பூமியில் இருக்கும் மனிதர்களில் யார் புத்தராக வேண்டும்? யாரை புத்தராகவேண்டும்? என்று தீர்மானிக்கிறார். அப்படி அவர் தேர்ந்தெடுக்கும் மனிதரை அருள் நிரம்பிய மேன்மை பொருந்திய புத்தராக மாற்றுகிறார். சித்தாத்தரை புத்தராக்கியது அவலோகிதர்தான். அசோகரை மேன்மை பொருந்திய அசோக்காக மாற்றியவரும் அவலோகிதரே. இனிவரும் காலங்களில் பல புத்தர்களை உருவாக்கி பூமிக்கு அனுப்ப இருப்பவரும் அவலோகிதரே என்று புத்த தர்மன் உறுதியாக நம்பினான். புத்தரைப்போல் பல புத்தரை பூமிக்கு அனுப்பிவைக்கும் அவலோகிதர்தான் என்னையும் புத்தராக்குவார் என்று உறுதியாக நம்பினான். புத்தரை போற்றுவதைவிட அவலோகிதருக்கு தினம் வழிபாடு செய்து வந்தால் நிச்சயம் என்னை ஒருநாள் புத்தராக்குவார். இப்படி அவலோகிதர் மீது வெறியும் விடாப்பிடியான நம்பிக்கையும் வரக் காரணம். அவனுக்கு சின்ன வயதாக இருக்கும்போது செம்பாலான அவலோகிதர் சிலையைப்பார்த்து அம்மாவிடம் இது யார் என்று அவன் கேட்டதும் அதற்கு அவள் சொன்ன பதிலும்தான் காரணம்.

மாமன்னர் அசோகர் காலத்தில் புத்தரைப் பற்றி பேசுவதைவிடவும் புத்தரின் உயரிய தத்துவங்கள் வாழ்க்கை முறையை அவரின் தம்மம்பற்றிய அறிவுக்கு முக்கியத்துவம் கொடுத்து புத்தரின் தம்மத்தை குறியீடுகளாகவும், அவரின் வாழ்க்கை முறைகளை தம்மம் குறித்த செய்திகளை குறியீடுகளாக சிற்பங்களாக செய்து ஊர்தோறும் நடப்பட்டு செதுக்கப்பட்டு மக்களுக்கு காட்சிப்படுத்தி மக்களிடம் கொண்டுசெல்லப்பட்டது. தம்ம சக்கரம், நான்முகச் சின்னம், புத்தரின் சங்கு, திரிபீடத்தைக் குறிப்பிடும் திரிசூலம் புத்தரின் போதனைகளை விளக்கும் சின்னமாக குறியீடாக படைக்கப்பட்டது.

அசோகரைத் தொடர்ந்து வந்த கனிஷ்கரின் காலத்தில் உண்டான பண்பாட்டு அரசியல் சமூக மாற்றத்தில் புத்தரை மக்களுக்கு நெருக்கமாகக் கொண்டுசெல்லவேண்டிய கட்டாயம் ஏற்பட்டது. புத்தரை எளிய மக்களுக்கு நெருக்கமாக பரவலாக கொண்டுசெல்வதன் மூலம் புத்தரின் தம்மத்தை பரவலாக மக்களிடம் கொண்டுசெல்லலாம் என்று மாமன்னர் கனிஷ்கர் கிரேக்கக் கலையையும் இந்திய சிற்பக்கலையையும் இணைத்து காந்தாரக் கலையை தோற்றுவித்து புத்தரை மக்களிடம் கொண்டுசென்றார் அமைதியும் கருணையும் நிரம்பித் ததும்பும் புத்தரின் சிலைகள் எல்லா மக்களுக்கும் ஆறுதலும் நிம்மதியும் நம்பிக்கை தந்ததோடு புத்தரைத் தேடித் தெரிந்துகொள்ளும் புத்தரின் தம்மத்தைப் படிக்கும் ஆர்வத்தை ஏற்படுத்தியது. புத்தரின் நின்ற கோலம், சயனநிலை, தியானநிலை என்று பல்வேறு படிமங்களில் உருவாக்கப்பட்டபுத்தர் சிற்பங்கள் ஆடைமடிப்பும் கைவிரல்காட்டிய பல்வேறு முத்திரைகளும் புத்தரை எல்லோருடைய இதயங்களிலும் கொண்டுசேர்த்தது. அப்படியென்றால் போதிதர்மனின் இதயத்தை வென்ற அவலோகிதர் சிலை எப்படி வந்தது. அவலோகிதரின் தோற்றம் என்ன செய்தது புத்தத்தை அடுத்த கட்டத்திற்கு எடுத்துச்சென்றதா? அவலோகிதர் அசோகர் காலத்தவரா? கனிஷ்கருக்கு பின்பானவரா? புத்தர் எப்போது அவோலோகிதரானார்?

புத்தனிடத்தில் இருக்கும் அவலோகிதர் சிலை செம்பால் செய்யப்பட்டது. நேர்த்தியும் அழகும் நிரம்பிய இளவரசனின் சிலை. இளமை ததும்பும் உடலும் தேடலும் அழகும் மிக்க வாலிப வயதுடைய இளவரசரின் சிலை அது. பல்லவர் காலத்து செம்புச் சிலை புகழ் பெற்றவைகள். பல்லவர்கள் செம்புச் சிலைகள் அன்றைய காலத்தில் உலகம் முழுமையும் பௌத்தம் பரவிய நாடுகளுக்கெல்லாம் சென்றது. கூர்மையான மூக்கும் நளினத்தோடு நிற்கும் இடையழகும் நான்கு கைகளோ இரண்டு கைகளோ கொண்டு தலையில் கிரீடம் அணிந்து விரல்களை முத்திரையாக வைத்தோ கைகளை ஆசீர்வதிக்கும் படியாகவோ தாமரை மலரை ஏந்தியோ பேரழகோடு காட்சி தருவார் அவலோகிதர்.

செம்புச் சிலை செய்யும் கலை பல்லவரின் கப்பல் கட்டும் கலைக்கு அடுத்து அவர்களுக்கு புகழ்தந்த கலையாகும். அரக்கு அல்லது மெழுகினைக்கொண்டு முதலில் சிலையைச்செய்வர். முதலில் அழகாக வெட்டுவதற்கும் உடல் நளினத்தை உருவாக்குவதற்கும் மெழுகு அல்லது அரக்கு ஏளிமையாக இருக்கும். பின்பு அந்த மெழுகுச்சிலையை ஈரமான களிமண் கொண்டு பூசி முழுமையும் ஒரு உருளையைப்போல் செய்வர். பின்பு களிமண் உருளையின் அடிப்பகுதியில் சிறு துளையைப்போட்டு அதைத் தீயில் சுடுவர். தீயில் களிமண்சிலை சுடப்பட்டவுடன் களிமண் சுட்டு ஓடாக மாறும். உள்ளே இருக்கும் அரக்கோ மெழுகோ உருகி அடிப்பாகத்தில் இருக்கும் துளை வழியாக வெளியேறும். களிமண் உருளைக்குள் சிலையின் வடிவம் உள்ளீடாக இருக்கும். இப்போது அந்த உருளைக்குள் துளை வழியாக உருக்கிய செம்பை ஊற்றுவார்கள். செம்பு திரவமாக நிரம்பிய பின் துளையை அடைத்து அதனை குளிர்விப்பர். குளிர்ந்து செம்புச் சிலையாக மாறும். இப்போது மண்ஓட்டை தட்டி உடைத்து சிலையை வெளியே எடுத்துத் தேய்த்து உரசி பளபளப்பாக மாற்றி சின்னச்சின்ன கலை நுணுக்கங்களைச் செய்வர். இப்போது அழகான காலத்தை வெல்லும் அழகிய செம்புச்சிலை தயார். செம்பு மட்டுமல்ல, பல்லவர்கள் உலோகங்களைக் கையாளுவதில் குப்தர்களுக்கு

இணையானவர்கள். காரணம் குப்தர்களும் பல்லவர்களும் பௌத்த பண்பாட்டைப் பின்பற்றியவர்கள். பௌத்தமே இந்தியா முழுமையும் பண்பாட்டுக் கலையில் நிரம்பி இருந்தது. அப்போது புத்ததர்மனுக்கு வயது பத்திருக்கும்

அன்னையிடம் கேட்டான்.

அன்னையே இந்த சிலையாக இருக்கும் இந்த இளவரசர் யார்? நம் முன்னோர் என் தாத்தாவின் இளைமைக்கால தோற்றமா? இளமையும் பேரழகும் நேர்த்தியாக உடல் அழகும் கொண்டிருக்கும் இந்தப் பேரழகர் யார்?

அன்னை கூறினாள்,

மகனே புத்ததர்மா இவர்தான் அவலோகிதர். புத்தநெறியைப் பின்பற்றும் நம் அனைவரும் வணங்குதலுக்கும் போற்றுதலுக்கும் உரியவர். வானத்தில் இருக்கும் சர்வ வல்லமையும் சக்தியும் கொண்ட தேவர்களுக்கெல்லாம் தேவர். தெய்வங்களுக்கெல்லாம் தெய்வம். புத்தர்களாலும் வணங்கப்படக்கூடிய புத்தர்களின் புத்தர். இவர்தான் பூமிக்கு புத்தரை அனுப்பி வைத்தார். இவரின் அருளால்தான் பூமியெங்கும் அருளாளர்கள் தோன்றியுள்ளார்கள். யார் புத்தராக வேண்டும் என்பதை தீர்மானிப்பதே இவர்தான். அன்னை கூறி முடித்தவுடன் புத்தனுக்குள் ஏதேதோ சிந்தனைகள் தோன்றியது. வரும் காலங்களில் தானும் புத்தராகவேண்டும். தன்னையும் சர்வ வல்லமையுள்ள அவலோதர் மேன்மை மிக்க புத்தராக்கவேண்டும் என்று வேண்டிக்கொண்டான். புத்தரைப்போலவே தன்னையும் புனிதமானவராக்க அவலோகிதரால் மட்டுமே முடியும் என்று உறுதியாக நம்பினான். சித்தார்த்தரை புத்தராக்கியவர் தன்னையும் ஒருநாள் புத்தராக்கும்படி வேண்டிக்கொண்டான்.

அதனால்தான் அவன் அவலோகிதரைத் தவிர வேறு யாரையும் வழிபடுவதில்லை. அரண்மனைக்கு வரும் பிரஜனதாராவின் வருகையைக்கூட அவன் சாதாரணமாக எடுத்துக்கொண்டான்.

தந்தைக்கு மனதுக்குள் ஒரே குழப்பம். புத்ததர்மனுக்கு என்ன ஆயிற்று? எப்போதும் பூஜை வழிபாடு என்று தன்

நேரத்தையெல்லாம் விரயம் செய்கிறான். அவலோகிதரை வணங்குவதையும் உண்ணா நோன்பு இருப்பதிலும் தீவிர ஆர்வமுடையவனாக மாறிவிட்டான்.

நொந்துகொண்ட தந்தை வருகை தந்த பேராளள் பிரஜனதாராவிடம் நடப்பதைக் கூறினார். அமைதியாக கேட்டுக்கொண்டார். பௌத்ததத்தின் முக்கிய நோக்கமே கேட்பதும் கூர்ந்து கவனிப்பதும்தான். ஒவ்வொரு உயிரின் உள்ளங்களின் ஏற்படுகின்ற உணர்வுகளை நிதானமாய்க் கேட்டு அதற்கு மதிப்பளிப்பதும் தீர்வு காண்பதுமே பௌத்தத்தின் உயரிய நோக்கம். பௌத்தத்தின் நோக்கம். அதனை நன்கு அறிந்த பிரஜனதாரா எல்லாவற்றையும் அமைதியாக கேட்டுக்கொண்டிருந்தவர்மெல்ல புத்ததர்மன் இருக்கும் இடத்தை நோக்கி நடந்தார். பேரமைதியும் பெருங்கருணையும் பேரருளும் கொண்ட பிரஜனதாராவைப் பார்த்து தானாகவே எழுந்து நின்று வணங்கினான் புத்ததர்மன். அன்புக்குழந்தையே இதோ இந்த அவலோகிதரை நீ பெரிதும் நேசிக்கிறாய் அல்லவா? இவர் சித்தார்த்தனை புத்தனாக்கியது போல் உன்னை ஒருநாள் புத்தனாக்குவார் என்பது உன் நம்பிக்கைதானே.

ஆம் அன்னையே, இதில் எள்ளளவும் அய்யமில்லை எனக்கு. நிச்சயம் அவலோகிதரால் எல்லாம் சாத்தியமே. அவர் சர்வ வல்லமை மிக்க கடவுள். அவர் தேவர்களின் தேவர். புத்தர்களின் புத்தர்.

அப்படியென்றால் என் அன்புக் குழந்தையே, உனக்கு ஒன்றை சொல்லக் கடமைப்பட்டுள்ளேன். மேன்மை மிக்க புத்தர் சொல்கிறார், கடவுள் நீண்டகாலமாக நம்பப்படும் வதந்தி. நீண்டகாலமாக பரப்பப்படும் பொய்.பொய்யையோ வதந்தியையோ நம்பாதீர். பரப்பாதீர் என்று. அப்படி இருக்கும்போது மேன்மை மிக்க புத்தரால் கட்டமைக்கப்பட்ட புத்தரின் தம்மத்தில் கடவுள் என்றும் சர்வ வல்லமை மிக்கவர் என்ற அவலோகிதர் கொண்டாடப்படுவதும் போற்றப்படுவதும் ஏன் தெரியுமா?

தெரியவில்லை அன்னையே. ஆனால் நிச்சயம் அவலோகிதர் சர்வ வல்லமை மிக்கவர் என்பது உண்மை அன்னையே.

பிரஜனதாரா மெல்ல புன்னகைத்துக்கொண்டே பேசினார்.

அன்புக்குழந்தையே புத்தர் விஷ்ணுவின் அவதாரமென்பது எப்படி பெரிய பொய்யோ அப்படியே அவலோகிதரே புத்தரை அனுப்பினார் என்பதும் பெரிய பொய். பின் யார் இந்த அவலோகிதர் பௌத்தம் புத்தர் இந்த மூன்றுக்குமான ஒற்றுமை என்ன என்பதை நாம் அறிந்துகொள்வது அவசியம். இது புத்த தர்மனுக்கு மட்டுமல்ல இங்கே இருக்கும் சகலருக்கும் சொல்கிறேன் கேளுங்கள்.

அவலோகிதரின் கதை என்று அன்னை கூற அவரைத் தொடர்ந்து வந்த மொத்த கூட்டமும் அமைதியாகக் கேட்க ஆரம்பித்தது.

உலகெங்கும் போர், வன்முறை, பிறஉயிர்கள் மீதான அக்கறையின்மை, வாழ்வின் உன்னதநிலையை உணராமல் பொருள் ஆசை, பெண்ணாசை, மண்ணாசை மூலம் மனித இனம் சந்தித்த துன்பம் என்று எல்லாவற்றையும் பார்க்கிறான் சித்தார்த்தன். எல்லாவற்றையும் பார்த்துப்பார்த்து வேதனைப்படுகிறான். தனக்காக தன் குடும்பத்திற்காக அல்லாமல் எல்லாவற்றிலிருந்தும் மனித இனம் துன்பப்படாமல் விடுதலை பெறவேண்டும் என்று சிந்திக்கிறான். சகலஉயிரையும் நேசிக்கும் சித்தார்த்தன் சகல உயிரையும் காக்க புதிய வழியை அகிம்சையின் வழியை, அடக்குமுறையின் வழியில் இல்லாமல் கருணைமிக்க தம்மத்தின் வழியில் ஓர் புதியவழியை கண்டடைய நினைக்கின்றான் அத்தகைய வழியைத்தேடுகிறான், சிந்திக்கிறான், ஓடுகிறான். அவன் எண்ணமெல்லாம் தேடலில் இருந்தது. ஆர்வம் நிரம்பி வழிந்தது. அந்த ஆர்வம் அவனை புதுமையின் பக்கம் திருப்பியது. அவனின் வாழ்வை அர்த்தமிக்கதாக மாற்றியது. சித்தார்த்தனின் தேடல் உலகை மாற்றும் ஓர் உன்னத வழியை கண்டறியத் தூண்டியது. ஆர்வம் தேடலுக்கு வழிசெய்கிறது. தேடலோ புதுமையைச் செய்கிறது. சகலத்தையும் மாற்றியமைக்கிறது. தேடலே புதிய சிந்தனைக்கும் கண்டுபிடிப்புகளுக்கும் புரட்சிகள் மாற்றங்களுக்கும் ஜீவஊற்றாக இருக்கிறது. ஆர்வமே எல்லா சாகசங்களையும் சாத்தியமாக்குகிறது.

அசாத்தியங்களை சாத்தியங்களாக மாற்றும் ஆற்றல் ஆர்வத்திற்கு உண்டு.

கனவுகளை ஆர்வமும் தேடலுமே நிஜமாக்கி நம் கண்முன்னே அதை நடைமுறைப்படுத்திவிடுகிறது. உலகத்தில் எல்லா மாற்றமும் கனவில் தொடங்கி ஆர்வத்தில் வளர்ந்து தேடலால் முழுமை பெறுகிறது. தொடங்கி வைப்பதை ஆர்வமும் தேடலுமே செயல்வடிவம் கொடுக்கிறது. இளமையும் துடிப்பும் ஆர்வமும் தேடலும் மிகுந்த சித்தார்த்தன் தான் தேடியதைக் கண்டறிந்தான். உலகை போர், துன்பம், வன்முறை போன்ற எல்லாவற்றிலிருந்தும் மீட்கும் ஆற்றல் கொண்ட வழியைக் கண்டறிந்தான். தேடலும் ஆர்வமும் நிறைந்த சித்தார்த்தன் இப்போது நிறைவான புத்தனானான். புத்தனாகி மேன்மையுற்றான். போற்றுதலுக்குரிய மாமனிதனானான்.

இப்போது சித்தார்த்தனை புத்தனாக்கியது யார் யார் யார் நானே சொல்கிறேன்.

இப்போது சித்தார்த்தனை புத்தனாக்கியது யாருமல்ல அவனின் ஆர்வம். ஆம், சித்தார்த்தனின் ஆர்வம், சித்தார்த்தனின் தேடல். ஆர்வமும் தேடலும் கொண்ட சித்தார்த்தனின்

இளமைக்காலம்.

அதுதான் சித்தார்த்தனை புத்தனாக்கியது.

மேன்மையுற்ற சித்தார்த்தரைப் போற்றி வணங்குவதை விட புத்தருக்கு முன்பான சித்தார்த்தனை தேடல் நிறைந்த சித்தார்த்தனை ஆர்வம் மிக்க சித்தார்த்தனை போற்றி ஒவ்வொரு மனிதனும் நினைவில் வைத்துக்கொள்ளவேண்டும். ஒவ்வொரு மனிதனும் மேன்மையுற தேடலில் ஆர்வமுள்ள சித்தார்த்தனாக வேண்டும். ஒவ்வொரு மனிதனுக்குள்ளும் தேடலும் ஆர்வமும் வரவேண்டும். ஆர்வம் வரவேண்டுமானால் புத்தரான சித்தாத்தரை மக்களிடத்தில் கொண்டுசெல்வதற்கு முன் தேடல் நிரம்பிய இளமைக்கால சித்தார்த்தரை கொண்டுசேர்க்க வேண்டும். ஆர்வமும் தேடலும் மிகுந்த இளமைக்காலத்தை நன்மையானவற்றின் பக்கம் செலுத்தி து

நன்மை கண்டைடபவரே வரும்காலங்களில் போற்றப்படுகிறார்கள் என்று மக்களுக்குச்சொல்லவே தங்கள் இளவரசனான சித்தாத்தரின் சிலைகளை கல்விச்சாலைகள், பள்ளிகள், குழந்தைகள் கூடும் இடங்களில் வைத்து சித்தார்த்தன் சிந்தித்ததையும் தன் தேடலையும் ஆர்வத்தையும் உலகின் நன்மைக்காக அவன் பயன்படுத்திய கதையையும் சொல்லி வந்தனர்.

சித்தார்த்தனின் இளமைக்காலத் தோற்றத்திற்கு தங்கள் இளவரசன் புத்தனாக இருந்த இளவரசனின் தோற்றத்தையே அவலோகிதராக்கி போற்றி வந்தனர் மக்கள்.

அவலோகிதர் என்பது ஆர்வமும் தேடலும் நிறைந்த புத்தரின் முதற் தோற்றம். புத்தராவதற்கு முன்பான சித்தார்த்தனின் தோற்றம். இரவுக்கும் பகலுக்குமான ஒரு விடியற்காலைத் தோற்றம். இரவு மறைந்து முதல் வெளிச்சத்தை வரவேற்கும் பொழுது அத்தகைய நிலையே அவலோகிதர். எனவே அவலோகிதரைப் போற்றுவதன் மூலம் அவலோகிதரின் தேடலை நினைவு கொள்வதன் மூலம் நாமும் புத்தராக நமக்கும் ஆர்வமும் தேடலும் வர

சித்தார்த்தரின் உருவத்தை இருளை அகற்றும் முதல் ஒளிக்கீற்றை கண்ட இளமையை காணும் இடத்திலெல்லாம் வைத்து அவரைப்போல் ஒவ்வொருவருக்கும் ஆர்வமும் தேடலும் வரவேண்டும்.

ஆர்வத்தின் மூலம் தேடல் கொண்டவர்களாகவும் தேடல் மூலம் அறிவைக் கண்டடையவேண்டும் என்றும் சித்தாத்தருக்கும் புத்தருக்கும் இடைப்பட்ட உன்னத நிலையை அவலோகிதர் என்னும் குறியீடாக வைத்தனர். அவலோகிதர் வானத்தில் இருந்து புத்தரை அனுப்பவில்லை. அவர் புத்தர்களைத் தேர்ந்தெடுக்கும் கடவுளும் இல்லை. அது தேடலும் ஆர்வமும் கொண்ட காலம். ஒவ்வொருவருக்குள்ளும் தோன்றும் பருவம். அந்தப் பருவத்தில் நல்ல சித்தனையை நோக்கி மனதைக் கொண்டுசென்று நல்லதைத் தேடுவதன் மூலம் உலகை மாற்றலாம்.

ஒவ்வொருவரும் புத்தராகலாம் என்பதன் அடையாளமே அவலோகிதர். அது மட்டுமல்ல ஊருக்கே ராஜாவானாலும் தன் வீட்டிற்கு பிள்ளை என்பதுபோல உலகிற்கே ஞானஒளியான புத்தராலும் தங்களுக்கு எப்போதும் செல்ல சித்தார்த்தன் நம் இளவரசன்தான் என்று பலரும் புத்தரின் இளமைக்காலத்தை நினைவுகூர அவலோகிதர் உருவத்தைப் பயன்படுத்தினர். புத்த தம்மத்தில் ஞானம் என்பது யாகத்தின் மூலமோ தவத்தின் மூலமோ உண்ணாநோன்பின் மூலமோ வானத்தில் இருந்து திடீரென ஒரே பொழுதில் வழக்கப்படமுடியாது என்பதே உறுதியான நம்பிக்கை அது முதலில் ஆர்வத்திலும் பின்பு தேடலிலும் தேடலுக்கு பின்பான பகுத்துப் பிரித்து உண்மையானவற்றை அறிவியலுக்கு சரியானவற்றை கண்டறிந்து முயன்று கற்றலிலுமே உண்டு.

உன் அவலோகிதர் அதை உனக்கு சொல்லவே உலகிற்கு சொல்லவே சிலையாக, குறியீடாக, இளவரசனாக தானே அதற்கு சாட்சியாக நிற்கிறார். என்று அன்னை பிரஜசனா தாரா சொல்லச்சொல்ல இப்போது புத்ததர்மனுக்கு புத்தத்தை, தர்மத்தை, சகல உயிர்களுக்குமான அன்பைத் தேடும் எண்ணம் வரத்தொடங்கியது. தேடல் தொடங்கியது. வரும்காலத்தில் உலகிற்கே புதிய நவீன புத்த முறையை உலகெங்கும் எடுத்துச்செல்ல புத்ததர்மன் போதிதர்மனாக மாறுவார் என்று நம்பிக்கை உண்டாகிற்று. போதிதர்மனின் முதல் அவலோகிதநிலை தொடங்கிற்று. புத்தம் சரணம் தம்மம் சரணம் சங்கம் சரணம்